கவித்தொகை
வாரிச் சூடினும் பார்ப்பவரில்லை

கவித்தொகை

வாரிச் சூடினும் பார்ப்பவரில்லை

பயணி (பி. 1966)

பயணி என்னும் புனைபெயர் கொண்ட ஸ்ரீதரன் மதுசூதனன், சென்னையைச் சேர்ந்தவர். 1996இல் இந்திய வெளியுறவுப் பணியில் (Indian Foreign Service) சேர்ந்து, பெய்சிங்கில் சீன மொழி கற்றவர். ஒன்பது ஆண்டுகள் பெய்சிங்கிலும் ஹாங்காங்கிலும், பிறகு ஃபிஜித் தீவுகளிலும், வாஷிங்டனிலும் இந்தியத் தூதரகங்களில் பணியாற்றிவிட்டு, தற்போது தாய்வானில் இந்திய அலுவலகத்தின் தலைவராகப் பணிபுரிகிறார்.

1984இல் விகடனில் மாணவப் பத்திரிகையாளராக சேர்ந்து, பின்பு 'பிரம்மா செய்திக் கட்டுரைகள்' எனும் அமைப்பைத் துவக்கினார். ஐக்யா நாடகக் குழுவின் வழியே தமிழின் நவீன நாடகங்களில் பங்கேற்றார். *கணையாழி, விகடன், கல்கி* போன்ற இதழ்களில் சிறுகதைகளையும் கவிதைகளையும் எழுதியுள்ளார். கல்வியாராய்ச்சி இதழ்களில் தமிழ் அகராதியியல் மற்றும் இலக்கியத்துக்கும் இயற்கைக்குமான உறவு பற்றிய ஆங்கிலக் கட்டுரைகளை எழுதியுள்ளார். இவரது நூல்கள்: 'சீன மொழி – ஒரு அறிமுகம். 'வாரிச் சூடினும் பார்ப்பவரில்லை: கவித்தொகை – சீனாவின் சங்க இலக்கியம்'. நோபல் பரிசு பெற்ற மோயான் எழுதிய 'மாற்றம்' நாவலின் மொழிபெயர்ப்பு. 2016ஆம் ஆண்டுக்கான ஸ்பாரோ (SPARROW) இலக்கிய விருது இவருக்கு வழங்கப்பட்டது.

பட்டப்படிப்பில் அறிவியலையும், மேல் பட்டப் படிப்புகளாக இதழியல், பொது நிர்வாகம், மனிதவள மேலாண்மை, வணிக மேலாண்மை ஆகியவற்றையும் பயின்றவர்.

மனைவி வைதேஹி, கல்வியாளர். மகன் அபி, இசைக்கலைஞர். மகள் கீர்த்தனா, மாணவி.

தொடர்புக்கு: msridharan@gmail.com

பயணி

கவித்தொகை
வாரிச் சூடினும்
பார்ப்பவரில்லை

காலச்சுவடு பதிப்பகம்

இந்நூலில் இடம்பெறுபவை ஆசிரியரின் தனிப்பட்ட கருத்துகளே.

கவித்தொகை : வாரிச் சூடினும் பார்ப்பவரில்லை ◆ சீனக் கவிதைகள் ◆ சீன மொழியிலிருந்து தமிழில் : பயணி ◆ மொழிபெயர்ப்புரிமை : எம். ஸ்ரீதரன் ◆ முதல் பதிப்பு : பிப்ரவரி 2012, மேம்படுத்தப்பட்ட இரண்டாம் பதிப்பு: டிசம்பர் 2017 ◆ வெளியீடு : காலச்சுவடு பப்ளிகேஷன்ஸ் (பி) லிட்., 669 கே.பி. சாலை, நாகர்கோவில் 629 001

kavitokai : vArich chooTinum pArpavarillai ◆ Poems ◆ Translated from Chinese by: payani ◆ Translation copyright: M. Sridharan ◆ Language: Tamil ◆ First Edition: February 2012, Improved Second Edition: December 2017 ◆ Size: Royal ◆ Paper : 18.6 kg maplitho ◆ Pages: 176

Published by Kalachuvadu Publications Pvt.Ltd., 669 K.P. Road, Nagercoil 629001, India ◆ Phone : 91 - 4652 - 278525 ◆ e-mail : publications@kalachuvadu.com ◆ Wrapper Printed at Print Specialities, Chennai 600014 ◆ Printed at Mani Offset, Chennai 600077.

ISBN: 978-93-81969-11-3

12/2017/S.No. 456, kcp 1931, 18.6 (2) OLL

வணக்கத்துடன் நம் முன்னோர்களுக்கும்
வாஞ்சையுடன் நம் பின்னோர்களுக்கும்

நன்றி

இலக்கிய ஆர்வமும் அன்பும் அறிவும் கொண்டோர் என்னையும் மதித்துக் கருவியாய் வைத்து உருவாக்கிய நூல் இது. கடந்த ஆறு ஆண்டுகளாக இந்த முயற்சிக்கு இடையறாத ஊக்குவிப்பும் உழைப்பும் தந்தவர்களை நினைத்துக்கொள்கிறேன்.

சீனாவுக்குச் சென்று சீனம் படிக்கலாம் என்ற தீர்மானத்தில் துவங்கி, மொழியாக்கப் பட்டறைகளின் பங்கேற்பில் தொடர்ந்து, இந்த நூலின் அட்டை வடிவமைப்புக்கு ஆலோசனை சொன்னது வரையிலான பயணத்தில் என்றும் துணையிருக்கும் மனைவி வைதேஹி; எனக்குச் சீன மொழியின் அடிப்படை அறிவைத் தந்த எனது ஆசிரியர்கள் திருமிகு *ட்சாங் (Zhang)*, திருமிகு *யாங் (Yang)*, திருமிகு *யு (Yu)*, திருமிகு *லீ (Li)*; பனிக்காலம், மழைக்காலம் என்று பாராது ஒவ்வொரு வாரமும் இரண்டு ஆண்டுகளுக்கு கவித்தொகை நூலின் பாடல்களை தனிவகுப்புகள் எடுத்துக் கற்றுத் தந்த பீகிங் பல்கலைக்கழகத்தின் சீன இலக்கியத் துறைத் தலைவரான பேராசிரியர் *ட்ச்சீ யொங்ஸ்ஷியாங் (Qi Yongxiang)* மற்றும் பெய்சிங் வணிக மற்றும் மேலாண்மைக் கல்லூரி மொழித் துறை ஆசிரியரான திருமிகு *ட்சாங் யிங்ஹுவா (Zhang Yinghua)*; இந்த நூலை எழுதலாம் என்ற எண்ணத்தைப் பரிமாறிக்கொண்ட 2005ஆம் ஆண்டின் ஏதோவொரு கணத்திலிருந்து இக்கணம் வரை தொடர்ந்து என்னை உற்சாகப்படுத்தியும் அது உதவாத கணங்களில் மென்மையாக நினைவுபடுத்தியும் இந்த நூல் வெளியாவதற்கு முக்கிய காரணமாய் இருந்த காலச்சுவடு பதிப்பாசிரியர் திருமிகு கண்ணன்; பெய்சிங்கில் ஒவ்வொரு வாரமும் எங்கள் வீட்டுக்கு வந்து இந்தப் பாடல்களின் மொழியாக்கப் பட்டறையில் கலந்துகொண்டு ஒவ்வொரு பாடலின் மொழியாக்கத்துக்கும் அறிவுரை தந்து செப்பனிட உதவிய சீன பன்னாட்டு வானொலி நிலையத்தின் தமிழ்ப் பிரிவின் பணியாளர்கள் நால்வர்: சீன இளைஞர்கள் 'திலகவதி' எனும் தமிழ்ப்பெயர் சூடிக்கொண்ட திருமிகு *ஹான் ச்சொங் (Han Chong)*, 'அரவிந்தன்' எனும்தமிழ்ப்பெயர் சூடிக்கொண்ட திருமிகு *ட்ஸொவ் ட்ஸிழ்ஹுவா*

(Zou Zihua), தமிழ்நாட்டிலிருந்து வந்து அப்பிரிவில் பணியாற்றும் திருமிகு ஆன்டனி க்ளீட்டஸ் மற்றும் திருமிகு மரியா மைக்கிள்; அலுவலக வேலையாக இல்லாவிடினும் முகம் சுளிக்காமல் எனது தனிப்பட்ட சீன வகுப்புகளுக்கு ஏற்பாடு செய்வதிலும் சீன மொழி நூல்களைத் தேடிப் பிடித்து வாங்கி தருவதிலும் தொடர்ந்து உதவிய இந்திய தூதரகத்தில் பணியாற்றும் திருமிகு *ஹான் லின் (Han Lin)*; பீகிங் பல்கலைக்கழக நூலகத்திலிருந்து நூல்களைத் தந்தும் ஆசிரியர்களை அறிமுகப்படுத்தியும் உதவிய பேராசிரியர் *சியாங் சிங்க்கொய் (Jiang Jingkui)*; இந்த முயற்சிக்கும் முதலிலிருந்தே உறுதுணையாக இருந்து வழிகாட்டி, ஜார்ஜ் ஏ கென்னடியின் 'பென்னோலோசா, பவுண்ட் மற்றும் சீனச் சொற்கள்' என்னும் சிக்கலான ஆங்கில கட்டுரையைத் தமிழாக்கித் தந்துதவிய திருமிகு மு.ராமநாதன்; மொழியாக்கத்துக்கு நூல்கள், தகவல்கள், தகவல் தந்துதவக்கூடிய நண்பர்களின் தொடர்பு என்று பலவகையிலும் உதவிய மொழி நிறுவனத்தைச் சேர்ந்த முனைவர் பா.ரா.சுப்பிரமணியன், சென்னைக் கிருத்துவக் கல்லூரியின் ஆங்கிலத் துறையில் பேராசிரியராகப் பணியாற்றிய முனைவர் நிர்மல் செல்வமணி, மனோன்மணியம் சுந்தரனார் பல்கலைக்கழகத்தில் இணைப் பேராசிரியராகப் பணியாற்றும் *'Grass Ravi'* எனும் முனைவர் பெருமாள் ரவிச்சந்திரன், சூழலியல் முனைவர் பட்டப்படிப்பு மாணவர் திருமிகு ராமமூர்த்தி சுகந்தன்; வெளிநாட்டு நூல்கள் அதிகம் கிடைக்காத சீனச் சூழலில் அமெரிக்க நாட்டிலிருந்து நூல்களை வரவழைத்துத் தந்த இந்திய வெளியுறவுத் துறை அதிகாரி திருமிகு சித்தார்த்த நாத்; சென்னையிலிருந்தபடி நூல்களைத் தருவிப்பதிலும் நண்பர்களைத் தொடர்புகொண்டு உதவி கேட்டுப் பெறுவதிலும் என்றும் பெருந்துணையாய் இருக்கும் நண்பன் திருமிகு சிவகுமார் ராமலிங்கம்; மொழிபெயர்க்கப்பட்ட கவிதைகளையும் கட்டுரைகளையும் மின்னஞ்சல் மூலம் தரவிறக்கிப் படித்து அவற்றைச் செப்பனிட விரிவான ஆலோசனைகளும் உற்சாகமும் தந்துதவிய நண்பர்கள்: (கனடா) திருமிகு அ. முத்துலிங்கம், (அமெரிக்கா) முனைவர் பெருந்தேவி, (ஹாங்காங்) திருமிகு குருநாதன், திருமிகு நரசிம்மன் சந்தானம், திருமிகு ஸ்ரீநிவாசன் பிரசாத், திருமிகு சுவாமிநாதன், திருமிகு ராஜேஷ் ஜெயராமன், திருமிகு கார்த்திக் ஹரிஹரன், (இந்தியா) திருமிகு அண்ணாதுரை மாரியப்பன், திருமிகு உமா மஹேஸ்வரி கிருஷ்ணகுமார், திருமிகு சந்தர் சுந்தரராஜன், திருமிகு சி. அண்ணாமலை, முனைவர் ராஜேந்திரன் ஸ்ரீநிவாசன், திருமிகு சுபா வெங்கட், திருமிகு ஸ்ரீகாந்த் சத்யநாராயணா, திருமிகு ராஜாராம்; முதல் கட்டுரையை முற்றாக அலசி மொழிபெயர்ப்பையும் எழுத்து நடையையும் செப்பனிட உதவிய திருமிகு க்ரியா ராமகிருஷ்ணன், திருமிகு ஆசை; தமிழ் எழுத்துருக்களுக்கும் *Adobe InDesign*க்கும் உள்ள புதிரான தொடர்பை தெளிவுபடுத்திய வடக்குவாசல் ஆசிரியர் திருமிகு பென்னேஸ்வரன், அவரது உதவியாளர் திருமிகு செந்தில் குமார்; நூலுக்கு மதிப்பு கூட்டும் வண்ணம் முக்கியமான முன்னுரையை எழுதித்தந்து பிரதியில் பிழைதிருத்தமும் செய்து நூலின் தலைப்பையும் உள்ளடக்க அமைப்பையும் வடிவத்தையும் மேம்படுத்த முக்கியமான கருத்துக்களை வழங்கி உதவிய முனைவர் ஆ.இரா. வேங்கடாசலபதி; மொழியாக்கம் செய்யப்பட்ட பாடல்களின்

அடிப்படையில் கவித்தொகைக்கும் சங்க இலக்கியத்துக்குமான ஒப்புமைகளைச் சுட்டிக்காட்டும் அணிந்துரையை எழுதித் தந்து பிழைதிருத்தமும் செய்து தந்த முனைவர் பா. மதிவாணன்; நூலின் வடிவமைப்பில் சீன வாசம் கொஞ்சமாவது வேண்டும் என்கிற எனது பிடிவாதத்தால் வேலைப்பளு அதிகமானதையும் மீறி பக்குவமான புரிந்துக்கொள்ளலும் கடும் உழைப்பும் தந்து நூலாக்கத்தில் உதவிய காலச்சுவடைச் சேர்ந்த திருமிகு தில்லைமுரளி; எனது எல்லா முயற்சிகளிலும் எனக்கு உற்சாகமூட்டி உறுதுணையாய நிற்கும் என் தாய், உடன்பிறந்தோர், இந்த நூல் உருவான காலகட்டத்தினிடையே எங்களை விட்டுப் பிரிந்த என் தந்தை; இளைய தலைமுறையின் பிரதிநிதிகளாய் கலையார்வம் கொண்டும் என் முயற்சிகளுக்கான நேர நெருக்கடியை அனுசரித்தும் நடந்துக்கொள்ளும் என் கண்மணிகள் அபி, கீர்த்தனா; சொல்லி மாளாத பட்டியலாய் அரும்பெரும் நண்பர்கள்.

இவர்களுக்கு எனது நன்றி.

இத்தனைபேரின் மதிப்பிடற்கரிய பங்களிப்புகளையும் மீறி இந்நூலில் இருக்கக் கூடிய குறைபாடுகளுக்கு எனது ஓட்டைத் தமிழ்த் தட்டும் உடைந்த சீனக் கிண்ணமும் அலைபாயும் மனமும் திறமை போதாமையும் சோம்பலும் காரணங்கள்.

சீன – தமிழ் நேரடி இலக்கிய பரிமாற்றத்தில் இது ஆரம்ப காலகட்டம். 2002இல் வெளியான எனது முந்தைய நூலும் ("சீன மொழி – ஓர் அறிமுகம்"), கவித்தொகையை அறிமுகப்படுத்தும் இந்த நூலும் இந்தப் பரிமாண வளர்ச்சியில் ஒற்றைச் செல் உயிரிகள். என்னதான் இன்னும் மேம்பட்டதெனத் திரித்தாலும், குரங்கின் இனம் போல, வளர்ச்சியடையாதவை. இதைவிடச் சிறந்த – மனிதம் போன்ற பரிணாம வளர்ச்சியுற்ற – நூல்கள் வந்தாக வேண்டும்; நிச்சயம் வரும். ஆனால் 2012இல் குரங்கு வரவில்லையானால் 2015இல் அல்லது 2020இல் இதை விட மேம்பட்ட நூல்கள் வராது. இதன்படி, இந்த நூல் குறைபாடுடையது எனக்குத் தோன்றுகிற அதே நேரத்தில் இந்த நூல் முக்கியமானது என்றும் தோன்றுகிறது. இந்த ஓர்மையுடன் தான் எனது எதிர்கால முயற்சிகளும் அமையும்.

புது தில்லி **பயணி**

19 பிப்ரவரி 2012

கடந்த பத்து நாட்களாக 'வாரிச் சூடினும் பார்ப்பவரில்லை' தொகுப்பின் கவிதை வரிகளை திரும்பத்திரும்ப படித்தபடியே இருந்தேன். அவை தந்த இன்ப உச்சத்திற்கு அளவே இல்லை.

அ. முத்துலிங்கம்
தீராநதி

பிறமொழியிலிருந்து தமிழுக்குக் கொண்டுவரும் 'கலைச் செல்வங்கள் யாவும்' பெரும்பாலும் நேரடியாக வராமல் ஆங்கில மொழியின் மூலமாகவே வருகின்றன. முதல் முறையாக சீனமொழியிலிருந்து, அதுவும் சங்க இலக்கியம் போன்ற பண்டைய நூல் ஒன்று நேரடியாகத் தமிழில் மொழிபெயர்க்கப்பட்டுள்ளது இதுவே முதல் முறையாகும்.

தினமணி

சீனாவின் முதல் நூல் என்று கருதப்படும் *'Shi Jing' (Book of Songs)* இரண்டாயிரத்து ஐநூறு வருஷங்களுக்கு முற்பட்டது. இதனை மொழியாக்கம் செய்வது பெரிய சவால். இதற்கு மொழியறிவு மட்டும் போதாது. சீனாவின் பண்பாடு குறித்தும் கவிதை மரபுகள் குறித்தும் ஆழ்ந்த அறிவும் ஈடுபாடும் தேவை. அதே நேரம், இவற்றை மூலத்தின் சுவை மாறாமல் தமிழாக்கம் செய்வதற்கு, தமிழில் தேர்ந்த கவித்துவமும் அவசியம். பயணி இந்த மூன்றிலும் தேர்ந்தவராக இருக்கிறார்.

எஸ். ராமகிருஷ்ணன்

பொருளடக்கம்

முன்னுரை 19

அணிந்துரை 25

கவித்தொகை ஓர் அறிமுகம் 35
    பெயர், பொருள், காலம், அமைப்பு, ஒப்புமை...

பகுதி 1: தேர்ந்தெடுத்த பாடல்களின் மொழிபெயர்ப்பு 43

2.1 நாட்டுப் பாடல்கள் (国风 Guo Feng) 45

நனவிலும் கனவிலும் 46
    'குவான்!' எனக் கூவும் பறவைகள் (1. 关雎 Guan Ju)

நிதானமாக, மெள்ள! மெள்ள! 49
    வனத்திலிருக்கிறது இறந்த நீர்மான் (23. 野有死麕 Ye You Si Jun)

அலசாத அழுக்குத்துணியாய் மனம் 51
    தேவதாருப் படகு (26. 柏舟 Bo Zhou)

வருகை தருவதாய் ஒப்பிய தோற்றம் 53
    காற்று (30. 终风 Zhong Feng)

கடந்ததை நினைந்திட இயலாதவனே! 55
    பள்ளத்தாக்கின் காற்று (35. 谷风 Gu Feng)

நானொரு பெண் என் எண்ணமாயிரம் 57
    விரைதல் (54. 载驰 Zai Chi)

வாரிச் சூடினும் பார்ப்பவரில்லை 60
    தலைவன் (62. 伯兮 Bo Xi)

இது யாராலேயோ? 62
    தினைச்செழிப்பு (65. 黍离 Shu Li)

இரக்கம் இல்லாத மாலை வேளை 64
    சென்றான் தலைவன் பணிநிமித்தம் (66. 君子于役 Jun Zi Yu Yi)

வெளியும் உள்ளும் கொள்ளும் நுட்பமான உறவு 66
    ட்சன் நதியும் *வெய்* நதியும் (95. 溱洧 Zhen Wei)

சென்ற பின்னும் தொடர்தல் ஏன்? 68
    தென்மலை (101. 南山 Nan Shan)

நினைவுகளின் ஒலி 70
    அடர்ந்த மலை (110. 陟岵 Zhi Hu)

தண்டச்சோறு 72
    மரம் வெட்டுதல் (112. 伐檀 Fa Tan)

அடைவோம் இன்பவெளி 74
பெருச்சாளிகளே! (113. 硕鼠 Shuo Shu)

எடுப்பதுமில்லை உடுப்பதுமில்லை 76
    காஞ்சிமரம் மலையிலே (115. 山有枢 Shan You Shu)

அவன் எனச் சொல்லப்படுகிறவன் 78
    நாணல் (129. 蒹葭 Jian Jia)

கல்லறைக்குகை வாசலில் 80
    மஞ்சள் குருவிகள் (131. 黄鸟 Huang Niao)

கல்லறை சொல்லும் சேதி 82
    கல்லறை வாசல் (141. 墓门 Mu Men)

மரமாய் இருத்தலின் ஆனந்தம் 84
    தாழ்நிலத்திலே நெல்லிமரம் (148. 隰有苌楚 Xi You Chang Chu)

உடுப்புக்கு ஏற்ற நடத்தை 86
காவலாளிகள் (151. 候人 Hou Ren)

ஓலமே கூவலாய் 88
    ஆந்தைகளே! (155. 鸱鸮 Chi Xiao)

2.2 விழாப் பாடல்கள் (雅 Ya) 90
சிறகடித்துச் சிறகடித்துப் பறக்கும் புறாக்கள் 92
    நான்கு பரிகள் (162. 四牡 Si Mu)

அண்ணன் தம்பிக்கு ஈடில்லை 94
    செர்ரி மலர்கள் (164. 常棣 Chang Di)

இருந்தோர்க்கும் விருந்தோர்க்கும் தந்திடவே 96
    நல்ல நாள் (180. 吉日 Ji Ri)

கரடிக் கனவும் பாம்புக் கனவும் 98
    இவ்வோடை (189. 斯干 Si Gan)

'ஈங்!', 'ஈங்!' எனும் சாணிவண்டுகள் 102
சாணிவண்டுகள் (219. 青蝇 Qing Ying)

பானம் தாருங்கள்; பண்டம் தாருங்கள் 104
    குட்டியாய் மிருதுவாய் (230. 绵蛮 Mian Man)

'நில்' என்றது; 'இப்போது' என்றது 106
பெருகுதல் (237. 緜 Mian)

பெருங்கொடும் பஞ்சம் இது 110
    மேக நதி (253. 民劳 Min Lu)

2.3 வேண்டுதல் பாடல்கள் (颂 Song) 115
வானம் சமைத்த நெடுமலையும் 116
    வானம் சமைத்தது (270. 天作 Tian Zuo)

நீண்ட புருவம் தந்திடுவீர் 118
    அமைவு (282. 雝 Yong)

தோள்சுமை 120
    சபை துவங்குக (287. 访落 Fang Luo)

ஒவ்வொரு விதையிலும் வாழ்வின் ஈரம் 122
    நல்ல ஏர்க் கலப்பை (291. 良耜 Liang Si)

பறவைநாகக் கொடியும் பத்து ரதங்களும் 124
    கரும்பறவை (303. 玄鸟 Xuan Niao)

பகுதி 2: கட்டுரைகள் 127
கவித்தொகையின் பாடல்கள் எதைப் பற்றியவை? 129
    பாடல்களில் உள்ள கருத்து மற்றும் தகவல்களின்
    எடுத்துக்காட்டுத் தொகுப்பு

காலந்தோறும் கவித்தொகை 137
    கவித்தொகையின் இலக்கிய வரலாறு

ஷிழ் சிங் நூலைச் சீன மொழியிலிருந்து தமிழாக்குதல் 149
    சில செய்முறைக் குறிப்புகளும், எடுத்துக்காட்டுகளின்
    வழியிலான உரையாடலும்

பகுதி 3: பின்னிணைப்பு 171
நூல்கள் மற்றும் இணையச் சுட்டிகளின் பட்டியல் 173

சீனியாய் இனிக்கும் கவித்தொகை

முன்னுரை

ஆ. இரா. வேங்கடாசலபதி

கல்தோன்றி மண்தோன்றாக் காலத்திற்கு முன் தோன்றியது. பல்லாயிரமாண்டுப் பழமைமிக்கது. பிற மொழித் துணையின்றித் தனித்தியங்கவல்லது. தன் மொழிக் குடும்பத்திற்குத் தாயாக விளங்குவது. பிற இலக்கிய மரபுகளின் மீது செல்வாக்கு செலுத்துவது. செம்மொழி எனும் அறிந்தேற்பு பெற்றது. ... இத்தகைய ஐதீகங்கள் யாவும் சீன மொழிக்கும் மிகவும் பொருந்தும். மூவாயிரம் ஆண்டுப் பழமை மட்டுமல்லாமல் இடையறாத இலக்கியத் தொடர்ச்சியும் கொண்டது சீன மொழி. உலகின் நடுநாயகமாகத் தன்னைக் கருதிக்கொண்ட ஓர் இனத்தின் மொழியாகச் சீன மொழி விளங்கியதால் அயல் தாக்கங்கள் மிகவும் அருகியதாகவும் விளங்கும் மொழி அது.

சீன வரலாறு கண்ட எழுச்சிகளும் வீழ்ச்சிகளும், பேரழிவுகளும் பெருஞ்சாதனைகளும் பிற நாட்டு வரலாறுகளை ஒப்பீட்டளவில் சிறுபிள்ளை வேளாண்மையாக ஆக்கிவிடக் கூடியவை. பெரும் வீச்சு கொண்டிருந்த ஒரு பண்பாடாக இருந்தபோதும் சீனப் பண்பாடு உள்நோக்கியதாகவே பெரிதும் விளங்கிவந்துள்ளது.

சீனாவுக்கும் தமிழகம்/இந்தியாவுக்குமான தொடர்புகள் ஈராயிரமாண்டுக்குக் குறையாதவை. பௌத்தவழி இத்தொடர்புகள் வலுப்பெற்றன. கி.மு.இருநூறுக்கும் முன்பே சீன–தமிழகத் தொடர்புகள் தொடங்கிவிட்டதைச் சுட்டும் பேராசிரியர் க. அ. நீலகண்ட சாஸ்திரி, இவற்றுக்கு ஆதாரமாக ஏராளமான ஆவணங்களைத் 'தென்னிந்தியாவைப் பற்றிய அயல் நாட்டவர் குறிப்புகள்' என்ற நூலில் திரட்டித் தந்துள்ளார். கி.பி. 125இல் தமிழகம் பற்றிய சீனரின் முதல் பதிவுகள் கிடைக்கப்பெறுகின்றன. ஃபா ஹியன் (கி.பி. ஆறாம் நூற்றாண்டு), யுவான் ஸ்வாங் (கி.பி.ஏழாம் நூற்றாண்டு) தம் பயணக்குறிப்புகளில் தமிழகம் பற்றிக் குறித்துள்ளார்கள் என்றால் வஜ்ரபோதி, போதிசேனன் போன்றோர் இங்கிருந்து சீனம் சென்றிருக்கின்றனர். அரச தூதுக் குழுக்கள் பரிமாறிக்கொள்ளப்பட்டிருக்கின்றன. சீன–இந்தோனேசியத் தீவுகளுக்கிடையிலான வணிகம் தமிழகக் கடலோரத்தைத் தொட்டுச்சென்றுள்ளது.

சீனக் கண்ணாடி, சீனக் கற்பூரம்/சீனச்சூடன், சீனக்காக்கை, சீனக்காரம், சீனக்கிளி, சீனக்குடை, சீனக்கொழுஞ்சி, சீனச்சட்டி, சீனத்துப்பட்டு, சீனநெல், சீனப்பட்டை, சீனப்பரணி, சீனப்பலா, சீனப்பாகு, சீனப்பூ, சீனமல்லிகை, சீனமிளகு, சீனமுத்து, சீனவங்கம், சீனவெடி, சீனவெரிவண்டு, சீனாக் கற்கண்டு, சீனாக்காகிதம், சீனாக்கோழி, சீனாப்பிரேதம், சீனாப்பெட்டி, சீனி, சீனிச்சர்க்கரை, சீனி மிளகாய்...என்று சீனச் செல்வாக்கிற்குச் சான்றுகளாய் நீள்கிறது சென்னைப் பல்கலைக் கழகப் பேரகராதியின் தலைச்சொற் பட்டியல். காலனியாதிக்கம் போன்ற அரசியல் ஆதிக்கத்தின் துணையுடன் வராத பண்பாட்டுத் தாக்கங்கள் இவை என்பதையும் மனங்கொள்ள வேண்டும். உலக வரலாற்றையே திருப்பிப் போட்டதாக பிரான்சிஸ் பேக்கன் குறிப்பிட்ட வெடிமருந்து, திசைமானி, (தாள் மற்றும்) அச்சுத் தொழில் நுட்பம் ஆகியவை சீனக் கண்டுபிடிப்புகள். (ஆனால், அச்செழுத்துகளைத் தனித்தனியாகக் கோக்கும் தொழில் நுட்பம், சீன உலகுக்கு அப்பால் செல்வாக்கு செலுத்தாமல் ஜெர்மன் நாட்டு கூட்டன்பர்க் வழியே உலகில் பரவியது வேறு கதை.)

ஜப்பான், கொரியா, வியட்நாம் மொழி–இலக்கியத்தின் மீது ஏற்படுத்தியதுபோல் இந்திய மொழிகள் மீது சீனத்தின் தாக்கம் ஏனோ இல்லை. சீன இலக்கிய மரபு தமிழுக்கு அறிமுகமானதாகவும் தகவல் இல்லை. நவீன காலத்தில் தான் கன்பூசியஸ் அறிமுகமாகி யிருக்கிறார். இருபதாம் நூற்றாண்டின் பிற்பகுதியில் மாஓவின் எழுத்துகளும், லூ சுன் போன்ற இலக்கியவாணர்களின் படைப்புகளும் அரசியல் பின்புலத்தோடு தமிழுக்கு வந்துள்ளன. (ருஷ்ய – சோவியத் ஒன்றியத்திற்கும் கம்யூனிஸ்டு சீனாவுக்குமான பாரிய வேறுபாடு இது.) திருக்குறள் சீனத்தில் மொழி பெயர்க்கப்பட்டிருக்கிறது. ஒரு தமிழ்நாட்டுப் பேராசிரியருக்கு உள்ள பல பட்டங்களில் 'இளம் கன்பூசியஸ்' என்பதும் ஒன்று.

மிக நெடியதும் வளமானதுமான சீன மரபு இலக்கியக் கருவூலத்திலிருந்து எந்த நூலும் தமிழில் இதுவரை நேரடியாக மொழிபெயர்க்கப்பட்டதில்லை என்ற வசை இன்று பயணியால் கழிந்தது.

சீன இலக்கியத்தின் ஊற்றுக்கண் என்று கருதப்படும், கவித்தொகை என்ற பொருள்படும் 'ஷிழ் ச்சிங்' என்ற, இரண்டாயிரத்து ஐந்நூறு ஆண்டுகளுக்கு முன்பே தொகுக்கப்பட்டுவிட்ட நூலை மொழி பெயர்ப்பதற்குத் துணிந்து தேர்ந்தெடுத்துள்ளார் பயணி. ஒரு இலக்கியப் பிரதியை – அதிலும் ஒரு இலக்கிய கருவூலத்தைப் பிரதிநிதித்துவப்படுத்தும் 'கவித்தொகை'யை ஒத்ததொரு நூலை – மொழிபெயர்ப்பது எளிதன்று. இதற்கு முன்பு ஒன்றுக்கொன்று மொழிபெயர்ப்பு நிகழாத மொழிகளுக்கிடையே மொழிபெயர்ப்ப தென்பது ஒரு பெரும் சவாலாகும். வடமொழியிலிருந்து தமிழாக்குவ தற்கு ஒரு மரபு உள்ளது. (வியாச பாரதத்தை மிக நெருக்கமாக அடியொற்றிச் சென்றாலும் 'பாஞ்சாலி சபதம்' ஓர் அந்நியப் பிரதியாகத் தோன்றாததற்குப் பாரதியின் மேதைமை மட்டுமே காரணமல்ல.) அண்மைக் காலத்தில் ஆங்கில – தமிழ் மொழி பெயர்ப்புக்கும் சில வழமைகள் உருவாகியுள்ளன. சீன மொழி – இலக்கிய – பண்பாடு போல் முற்றிலும் அயலான ஒரு நாட்டுப் பிரதியைத் தமிழாக்க மிகவும் பொறுப்புணர்வுடன் முயன்றுள்ளார் பயணி. பண்டை இலக்கியத்தை முதன்முறையாக எதிர் கொண்ட உ.வே.சாமிநாதையருக்கு அது ஒரு 'தனி பிரபஞ்சம்' எனத் தோற்றம் கொண்டதென்றால் பண்டைச் சீன இலக்கியத்தை நேரிடையாக அணுகும் ஒரு தமிழனின் நிலையை என்னென்பது.

மொழிபெயர்ப்பு சார்ந்த அணுகுமுறைகள் காலந்தோறும் மட்டுமல்லாமல், கருத்தியல் பார்வை சார்ந்தும் மாறுகின்றன. 'மொழிபெயர்ப்பென்றே தெரியாதது போல்' சரளமாகத் தமிழாக்குவதே தமிழர்க்கு உவப்பாக இருந்து வந்துள்ளது. தகவல் பரிமாற்றமே முதன்மையாக இருக்கும் எழுத்துகளுக்கு இத்தகைய மொழி பெயர்ப்புகள் பயன் படலாம். பெரும் இலக்கியப் படைப்புகளுக்கு இது ஒத்து வராது. மூலத்தின் சொற்களஞ்சியமும், தொடரமைப்பும், நுவல்முறையும் வேறுபல தனிப்பண்புகளும் மொழிபெயர்ப் பில் வெளிப்பட்டாக வேண்டும். கன்னட இலக்கணமான 'கவிராஜ மார்க்க'த்தைத் தொல்காப்பியச் சூத்திரம் போலவும், மகாராஷ்டிர பாலியில் எழுதப்பட்ட 'காதா சப்த சதி'யை 'ஆந்திரநாட்டு அகநானூ'றாகவும் மொழி பெயர்ப்பதால் அதிக பயன் இல்லை. வாசிப்பனுபவம், இலக்கிய நுண்ணுணர்வும் சோதனையும், மொழி அமைப்பு, பண்பாட்டு அறிமுகம், வரலாற்றுப் பாடம் எனப் பல்வேறு வகையில் பயன்தரத்தக்க மொழிபெயர்ப்பே நம் இலக்காக இருக்க வேண்டும். உலக இலக்கியச் சிகரங்களில் ஒன்றான சங்க இலக்கியக் கருவூலத்தின் வாரிசுதாரர்களாகிய நமக்கு உறழ்ந்து நோக்கி அக்கருவூலத்தை மேலும் நமதாக்கிக்கொள்ளும் வகையில் சீன இலக்கிய வரலாற்றின் முதல் நூலின் மொழிபெயர்ப்பு அமைதல் இன்றியமையாதது. இந்த அறைகூவலை நேராக எதிர்கொள்ளும் மொழிபெயர்ப்பு என்பது இந்நூலின் சிறப்பு. இதற்கேற்பச் சங்கச் சாயலோடு, 'கலித்தொகை'யோ என மயங்கும்வண்ணம் 'கவித்தொகை' என்றே இந்நூலுக்குப் பெயரும் சூட்டப்பட்டுள்ளது.

வ.உ.சியின் ஜேம்ஸ் ஆலன் நூல் மொழிபெயர்ப்புகளை மதிப்புரைத்தபொழுது, அந்நிய நாட்டுச் சரக்கில் நமது முத்திரையைப் பதித்தவர் என்று வ.உ.சியை சுதேசிய சொல்லாடலுக்கு இணங்கப்

பாராட்டிய அதே பாரதிதான், வகைமாதிரியான பாரம்பரிய சீனரின் அடையாளமாகக் கருதப்படும் மயிர்ப் பின்னலான *pigtail* என்பதைப் 'பன்றிவால்' என மொழிபெயர்த்தார். மொழிபெயர்க்கப் படும் பண்பாட்டின் கூறுகளைத் 'தற்பவ'மாக்கிக்கொள்ளாமல் வேற்றுமைப்படுத்திக்காட்டும் வகையில் மொழிபெயர்ப்பது முக்கியம். 'உலகத்தில் சொல்ல வேண்டியதையெல்லாம் மூவாயிரம் வருஷங் களுக்கு முன்பே கங்கைக் கரையிலும் காவிரிக் கரையிலும் சொல்லி விட்டதாக மமதை கொண்டிருக்கும் அரிசி உணவை உட்கொள்ளும் பிராணிகளு'க்காகப் பல மொழிபெயர்ப்புகளைச் செய்த புதுமைப் பித்தன் இக்கோட்பாட்டை 1930களிலேயே முன்வைத்தார். ஆனால் இப்போக்கு தமிழ்ச் சூழலில் பால் பிடிக்கவில்லை.

இப்பின்புலத்தில் இம்மொழிபெயர்ப்பின் சில முக்கியக் கூறுகளை இங்குச் சுட்டிக்காட்ட வேண்டும். மூலநூலில் உள்ள ஒலிக்குறிப்பு களைப் பயணி அப்படியே கையாள்கிறார். அவற்றைத் தமிழ்ப் படுத்தவில்லை. மொழிக்கு மொழி ஒலிக்குறிப்புகள் வேறுபடுகின்றன. பொருளற்ற இவ்வொலிகள் உணர்த்தும் பண்பாடு சொல்லில் அடங்குவதில்லை. 'ஐயோ', 'சீ' போன்ற, எத்தனையோ பொருட்சாயல் களைக் கொண்ட தமிழ் ஒலிக்குறிப்புகளை எப்படி வேறொரு மொழியில் பெயர்ப்பது என்பதை எண்ணிப்பார்த்தால் இதன் நுட்பம் புரியும்.

ஒரு மொழிபெயர்ப்பாளனுக்கு இரு மொழிகளிலுமுள்ள இயற்கை மற்றும் பண்பாட்டுப் பருப்பொருள்களுக்கான சொற்கள் நன்கு கைவரப்பெற்றிருக்க வேண்டும் என்பார் விளாடிமிர் நொபகோவ். முதலுக்கும் உரிக்கும் இடையே கருப்பொருளை வைத்த தமிழ் மரபுக்கு இயைவதே இது. கருப்பொருட் பின்புலத்தின் வலுவே உரிப்பொருளைத் துலக்கமாக்குகிறது. பல்லாயிரக்கணக்கான மைல்களுக்கு அப்பால், இன்று அங்கேயே வழக்கொழிந்துவிட்ட செடி, கொடி, புள், விலங்குகளுக்கு இனமான சொற்களை மிகக் கவனமாகத் தேர்ந்தெடுத்திருக்கிறார் பயணி. இங்கும் சங்க இலக்கியப் பயில்வோடுதான் அவருடைய தேர்வு அமைந்துள்ளது.

முதல், கருப்பொருளுக்கு அடுத்து உரிப்பொருளை நோக்குவதுதானே முறை. அகமும் புறமும் கலந்த ஒரு வாழ்க்கையை இக்கவித்தொகை காட்டுகிறது. பெரும்பொழுது சிறுபொழுது பகுப்பாலும், தெய்வம், உணா, மா, மரம், புள், பறை, யாழ் முதலானவற்றாலும் வேறுவேறு உலகத்தைச் சார்ந்திருந்தாலும் உரிப்பொருளால் கால இடை வெளியைக் கடந்து இன்றைக்கும் அறமும் பொருளும் இன்பமும் பயப்பதாகக் கவித்தொகை அமைந்துள்ளது. கைக்கிளையையும் பெருந்திணையையும் அன்பின் பாற்பட்டதாகக் கொள்ளாத திணை அடிப்படைவாதிகள் தகாப்புணர்ச்சி பற்றிய பாடலைக் கண்டால் என்னென்பார்களோ!

சீனக் கவித்தொகையைப் பற்றிப் பேசும்பொழுது சங்கத் தமிழ்ச் சொல்லாடல் தவிர்க்க முடியாமல் முன்னெழுந்து விடுகின்றது. சங்க இலக்கியத் தோய்வு – பயில்வு – ஆய்வு ஆகியவற்றை அடுத்த கட்டத்திற்கு எடுத்துச்செல்லக் கவித்தொகை உதவும் என்பது என் நம்பிக்கை.

பூமாலைக்குப் பூ மட்டுமல்ல நாரும் முக்கியம். கவித்தொகை பற்றிப் பயணி வழங்கியுள்ள அறிமுகக் கட்டுரைகளின் வலு கவிதைகள் பரிமளிப்பதற்கு இன்றியமையாததாக இருக்கிறது. சீன இலக்கியப் பெரும் பரப்புக்குக் கைகாட்டி மரங்கள் இவை. சீனத்திலிருந்து தமிழாக்குவதிலுள்ள தொழில்நுட்பச் சிக்கல்களைப் பற்றிய பின்னுரை மிக முக்கியமானது. மொழி பெயர்ப்புகளால் தமிழ் வளம்பெற இத்தகைய பாடங்கள் (சீன முறைப்படி சொல்வதானால்) வேண்டும், வேண்டும்.

இத்தகைய மொழிபெயர்ப்பு முயற்சிகளை இன்றைய சூழலில் தமிழ்நாட்டுக் கல்வி நிறுவனங்களிலிருந்து எதிர் பார்ப்பதற்கில்லை. தமிழ்ப் பேராசிரியர்கள் என்று சொல்லிக்கொள்வோருக்குத் தமிழ்ப் புலமை இருப்பதே பெரிதாக இருக்கும்போது பிற மொழிப் பயிற்சியை எங்கே எதிர்ப்பார்ப்பது.

வெளியுறவுத் துறைப் பணியின் நிமித்தம் சீனமொழி கற்கும் வாய்ப்பு அமைந்த பயணி, அதனை ஊன்றிக் கற்க முயன்றுள்ளார். இயல்பாக அமைந்த தமிழ்ப் பற்றும் இதனுடன் சேர்ந்து இக்கொடையைச் சாத்தியமாக்கியுள்ளது. சீன இலக்கியத்திலிருந்து மேலும் பல மொழி யாக்கங்களைப் பயணி மேற்கொள்ள வேண்டும். முக்கியமாக ஒரு சீனக் கவிதைக் களஞ்சியத்தைத் தமிழுலகம் அவரிடம் எதிர்பார்க்கிறது.

நூலைப் படித்து முடித்த பின்னும் சாணிவண்டுகளின் 'ஈங், ஈங்' காதில் ஒலித்துக்கொண்டிருக்கிறது.

சிங்கப்பூர்
25.01.2012

செவ்வியல் தமிழ் மரபின் பார்வையில் சீனக் "கவித்தொகை"

அணிந்துரை

பா. மதிவாணன்

மூவாயிரம் ஆண்டுப் பழமை, முற்றிலும் வேறான நுட்பமும் சிக்கலும் கொண்ட மொழி ஆகியவற்றைக் கடந்து, தமிழாக்கப் பெற்றுள்ள 'கவித்தொகை'யில் வாழ்வின் துடிப்பையும் ஆழ்ந்திருக்கும் கவித்துவத்தையும் உணர முடிவதற்குக் காரணம் சீனக் கவிதையின் ஆற்றல் மட்டுமன்று, அதைச் சிந்தாமல் சிதறாமல் மொழிபெயர்த்திருக்கும் பயணியின் திறமும்தான். இயன்றவரை சீனச்சாயல் சிதையாமல் தமிழாக்கியிருக்கிறார்.

நாட்டுப்புறப் பாடல்கள் இயல்பான சமூக வயப்பட்ட கவித்துவ நுட்பங்கள் அமைந்தவை. தொல்சீர் செவ்விலக்கியங்கள் நாட்டுப்புறக் கூறுகளோடு புலமைச் செய்திறனும் இயைந்தவை என்பது தமிழ்ச் செவ்விலக்கியத் தொடர்புடையோருக்கு எளிதில் புலப்படும்.

வழக்கொழிந்து மீட்டெடுத்தல், மறு ஆக்கம் செய்தல், வரலாற்றுப் போக்கில் மொழி மாறுவதால் நேரும் பொருள்கோள் சிக்கல்கள், உரையாசிரியர்களின் காலமும் கருத்தும் சார்ந்த விளக்கங்கள் முதலியவற்றாலான தவிர்க்கவியலாத் திரிபுகளுக்குப் பின்னரும் அன்றைய வாழ்வின் பல்வேறு அமிசங்களை அவை கொண்டு திகழ்கின்றன.

பாடல் தோறும் அருஞ்சொல் விளக்கங்களும் பின்னணி விவரங்களும் தந்திருக்கிறார் பயணி. மேலும் கவித்தொகை பற்றிய அறிமுகம், பாடல்களின் உள்ளடக்கம், கவித்தொகையின் வரலாறு, மொழி பெயர்த்த விதம் ஆகியவற்றைப் பின்னிணைப்புகளாகத் தந்துள்ளார். இவையாவும் பாடல்களின் கருத்தையும் கவித்துவத்தையும் உணரத் துணைபுரிகின்றன. இந்நூலைப் பயில்வோர் அவற்றை நன்கு உள்வாங்கிக் கொள்வது அவசியம்.

இந்தக் கவித்தொகையைப் படித்தபோது உடனடியாக நினைவுக்கு வந்த, சற்றே தேடிக் காண முடிந்த பழந்தமிழ் ஒப்புமைகள் சிலவற்றைப் பகிர்ந்து கொள்ளத் தோன்றுகிறது.

மொழி பெயர்ப்பாளரே சீனப்பாடலுக்கு (எண்–66) இணையான முல்லைத் திணைப்பாடலொன்றை ஒப்பிட்டுக் காட்டியுள்ளார். மேலும் பலவற்றைக் காட்ட முடியும்.

பாடலின் முதல் அடி பாடல் முழுவதையும் இணைக்கும் சாரமாக அமைய வேண்டும் என்கிற சீன இலக்கியக் கோட்பாட்டுக்கு எடுத்துக்காட்டாகச் சொல்லப்படும் முதல் பாட்டின் முதலடி 'இறைச்சி' எனும் குறிப்புப் பொருள் பொதிந்தது. இந்த அடியில், இணைசேரும்போது ராஜாளி எழுப்பும் சிறப்பொலி இடம் பெற்றிருப்பது காதலனின் (தமிழ் மரபில் தலைவன்) வேட்கையை உணர்த்துவது.

நீண்டும் தாழ்ந்தும் இடமும் வலமுமாய்க் கிடைக்கும் கீரைகளைப் பெண்கள் முயன்று பறிக்கும் காட்சி, 'உள்ளுறை' எனும் குறிப்புக் கொண்டதாகத் தமிழ் மரபு நிலை நின்று பார்க்கலாம்.

களவு கற்பாக மாறுவது (காதல் கைகூடி மணப்பது) அவ்வளவு எளிதில்லை என்றாலும் விட்டுவிட முடியாது என்பதை உள்ளுறைக்குறிப்பு உணர்த்துகிறது. ட்ஸ, ட்ச்சின் இசை இயைபு, மணியொலி, மேளம் முதலியனவும் குறிப்புகளே.

"அவளோ அடக்கமும் அழகும் அமைந்தவள்
அவனுக்குத் துணையாய் ஆகிடச் சிறந்தவள்"

எனும் அடிகளில் தலைவன் தலைவியின் இலட்சிய நிலையிலான ஒப்புமை கூறப்படுவதும் தமிழ் மரபிற்கு இயைந்ததே. இந்தப் பாடலைத் தொல்காப்பிய இலக்கணப்படி 'ஒருதலை உள்ளுதல்' என்ற கூற்றில் அடக்கலாம்.

மொழி பெயர்ப்பில் இரண்டாவதாக உள்ள பாடல் (பாடல் எண்: 23) களவுக் காலத் தலைவன், தலைவிக்குக் கையுறை (பரிசு) தருவதும், தலைவியின் கூற்றுமாக அமைந்துள்ளது.

"எனது அரைக்கச்சைத் தொடாதே
எனது நாயையும் குரைக்கவிடக் கூடாது"

எனும் தலைவி கூற்று, தமிழிலும் காணப்படுவதாகும்.

நாயைக் குரைக்கவிடக் கூடாது என்பது தலைவியின் காதல் உணர்வோடு அக்காதலின் இரகசியம் (அதாவது களவு) போற்றும்

விருப்பமாகவும், 'அரைக்கச்சைத் தொடாதே' என்பது அவன் தொடுவதை (மெய்தொட்டுப் பயிறலை)த் தடுப்பதாகவும் கொள்ளலாம்.

முல்லைக் கலியின் பதினோராம் பாடலில், சுவையான உரை யாடலாகத் தலைவியின் இவ்வுணர்வு வெளிப்படுகிறது. தலைவன் "சிற்றில் (மணல் வீடு) புனையட்டுமா", "கூந்தலுக்கு மாலை சூட்டட்டுமா?" "மார்பின் மேல் தொய்யில் எழுதட்டுமா?" என்றெல்லாம் அவளைத் தொடும் வாய்ப்பைக் கருதிக்கேட்கின்றான். ஒவ்வொன்றையும் அவள் கிண்டல் தொனியில் மறுக்கின்றாள்.

மற்றொரு நோக்கில் 'அரைக்கச்சைத் தொடாதே' என்பது இடக் கரடக்கலான முரண் குறிப்பாக மெய்யுறு புணர்ச்சி விருப்பத்தைச் சொல்வதாகவும் கொள்ளலாம். இது மேலும் நயமானது. தலைவி 'விடுமின் விடுமின்' என்பது 'தொடுமின் தொடுமின்' என்ற குறிப்பைக் கொண்டிருப்பதாகக் கலிங்கத்துப்பரணி காட்டுவதை இங்கு ஒப்பு நோக்கலாம். சீன மரபில் இதற்கு வாய்ப்புண்டா என்பது தெரியவில்லை.

26ஆம் எண்ணுள்ள பாடலுக்குத் தரப்பட்டுள்ள குறிப்பிலிருந்து சற்றே விலகி அப்பாடலைப் பார்க்கலாமென்று தோன்றுகிறது. காதல் வயப்பட்ட தலைவியின் நிலையாகக் கொண்டு முன்பின் முரணின்றி இப்பாடலுக்குப் பொருள் காண முடிகிறது.

தன் காதல் உணர்வை அண்ணன் தம்பியிடம் சொன்னால் திட்டிச் சினப்பார்களோ என்று தயங்குகிறாள். காதலைத் திருமணம் நோக்கி வெளிப்படுத்துவதில் – அறத்தொடு நிற்றலில் – தமிழ் இலக்கிய மரபு சில படிநிலைகளைக் கொண்டுள்ளது. தமிழ் மரபில் தலைவி நேரே சகோதரர்களிடம் சொல்வதில்லை. என்றாலும் இச் சீனத் தலைவியின் உணர்வை ஒருவாறு அறத்தொடு நிலையினுள் அடக்கலாம்.

தலைவியின் காதலை அறிந்த தமையன்மார் சினம் மிகுந்து வில்லையும் அம்புக்ளையும் நோக்கி, படிப்படியே ஆறுதலடைந்து தலைவன் தலைவி இருவரிடமும் குற்றமில்லை என்று உணர்ந்ததாகக் காட்டுகிறது குறிஞ்சிக்கலி

"சிறுமதியோரின் எரிச்சல் துரத்தும்
அவமானங்கள் அடுக்கடுக்காக"

என்பது ஊரார் வம்புபேசுதல் – அலர்தூற்றல் – பற்றியதாகக் கொள்ள லாம்.

"உறக்கமின்றி உழலுகின்றேன்"

"ஆழ்சிந்தனையில் படுத்துக் கிடப்பேன்
'ப்யாவ்' என நெஞ்சில் அடித்துக்கொள்வேன்."

என்று சீனப்பாட்டில் தலைவி கூறுகின்றாள்.

"முட்டுவேன்கொல் தாக்குவேன் கொல்
ஓரேன் யானுமோர் பெற்றி மேலிட்டு
ஆஅ ஒல்லெனக் கூவுவேன் கொல்

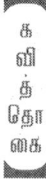

அலமரல் அசைவளி அசைப்ப என்
உயவுநோய் அறியாது துஞ்சும் ஊர்க்கே"

என்ற ஔவையாரின் பாட்டில் (குறுந்தொகை – 28) இந்த உணர்வைக் காணலாம். அடுத்த சீனப் பாடலும் (எண் – 30) தலைவியின் உறக்கமின்மையைக் காட்டும்.

"என்னைப் பார்த்துக் குறுநகை புரிகிறான்
வரம்புகளின்றிப் பரிகசித்துத் திரிகிறான்"

என்பது முரண்குறிப்பாக அவன்பால் அவளுக்குள்ள ஈடுபாட்டைப் புலப்படுத்துகிறது.

'காஞ்சிமரம் மலையிலே' (பாடல் எண் – 115) எனும் பாடல் தலைவியின் பிரிவாற்றாமையை உள்ளடக்கமாகக் கொண்டுள்ளது. பொருளுக்காகத் தலைவன் பிரிவதும், செல்வத்தின் நிலையாமையைக் கூறித் தலைவி அவன் பிரிவைத் தவிர்க்க முயல்வதும் தமிழ் அகப்பாடல்களில் பரவலாகக் காணப்படுவன.

'இளமை பாரார் வளனசைஇச் சென்றார்' (குறுந் – 26)

என்னும் தலைவி கூற்று இளமை இருக்கும் போதே இன்பம் துய்க்க வேண்டும் என உணர்த்துகிறது. இதனை வெள்ளி வீதியார் பாட்டு விளக்கமாகப் புலப்படுத்துகிறது.

"கன்றும் உண்ணாது கலத்தினும் படாஅது
நல்லான் தீம்பால் நிலத்துக் காஅங்கு
எனக்கும் ஆகாது, என்னைக்கும் உதவாது
பசலை உணீஇயர் வேண்டும்
திதலை அல்குல் என் மாமைக் கவினே"   (குறுந்தொகை 27)

இத்தகைய உணர்வு சீனப்பாட்டிலும் வெளிப்படுகிறது.

65, 129 ஆகிய எண்ணுள்ள பாடல்கள் தலைவனைத் தேடிச்செல்லும் தலைவி பற்றியவை. (65ஆம் பாடலில் இது வெளிப்படையாக இல்லை).

"நிலந்தொட்டுப் புகார் வானம் ஏறார்
விலங்கிரு முந்நீர் காலிற் செல்லார்
நாட்டின் நாட்டின் ஊரின் ஊரின்
குடிமுறை குடிமுறை தேரின்
கெடுநரும் உளரோ நம் காதலோரே"   (குறுந்தொகை:130)

என்பது இத்தகு தேடல் சார்ந்தது. செவிலி கூற்றாகக் குறிப்பிடப்படும் மற்றொரு பாடலைத் தலைவி கூற்றாகவும் கொள்ள இடமுண்டு.

"காலே பரிதப்பினவே கண்ணே
நோக்கி நோக்கி வாள் இழந்தனவே
அகலிரு விசும்பின் மீனினும்
பலரே மன்ற இவ்வுலகத்துப் பிறரே"   (குறுந்தொகை:44)

'வாரிச் சூடினும் பார்ப்பவர் இல்லை' என்னும் – தமிழ்த் தொகுப்புக்குத் தலைப்புத் தந்த – பாட்டு (எண்: 62) தனித்திருக்கும் தலைவி பற்றியது. தலைவன் போர்வீரன். போர்க்களம் சென்றுவிட்

டான். எனவே தலைவி கூந்தலை வாரிச் சூடவில்லை. தமிழிலும் வையாவிக் கொப்பெரும் பேகனைப் பிரிந்து தனித்திருந்த அவன் மனைவி கண்ணகி கூந்தலுக்கு எண்ணெய் தடவாமலும், அலசாமலும், பூச்சூடாமலும் இருந்ததைப் புறநானூறு (147) காட்டும்.

புதுமனைவி காரணமாக முதல் மனைவியைக் கைவிட்டு விட்டான் ஒருவன். அவளது புலம்பல் ஒரு பாட்டாகியிருக்கிறது (எண்: 35).

தலைவன் பரத்தையின் பொருட்டுப் பிரிந்தாலும் முற்றாகத் தலைவியைக் கைவிடும் போக்கு தமிழ் அகமரபில் இல்லை. பரத்தை யரும் கூட, தலைவனை எள்ளி நகையாடுவதுண்டே அன்றித் தலைவியைப் பழிப்பது இல்லை (விதிவிலக்கு – பரிபாடல்). தலைவனும் தலைவியின் ஊடல் தணிக்கப் பணிந்து போவதே பெரும்பான்மை.

அரிதாக ஒரு பாடல் உள்ளது. தலைவனின் பரத்தமையைப் பொறுத்துக் கொண்டு அவனுக்குப் பணிந்து போகாவிட்டால் தனித்து, வறுமைப்பட்டு, குழந்தைகள் மெலிவுற்றுத் துயர்ப்பட நேரும் எனத் தோழி தலைவியை எச்சரிக்கிறாள் (அகநானூறு: 316). இது சமுதாய நடப்பு நிலையாக இருக்கலாம்.

'ட்சன் நதியும் வெய்ன் நதியும்' எனும் பாட்டு (எண்:95) புதுவெள்ளம் வரும் போது நிகழும் கொண்டாட்டங்கள் பற்றியது. பரிபாடலில் வையைப் பாடல்கள் இதனுடன் ஒத்தவை.

தாழ்நிலத்தின் நெல்லிமரம் பற்றிய பாட்டு (எண்:148) மரத்தின் ஆனந்தத்தை அடுக்குகிறது. இது, இயற்கையை இயற்கைக்காகவே பாடும் மரம் பற்றிய வருணனையாகத் தோன்றினாலும் எளிய தத்துவப் பின்னணி கொண்டது என்பதை மொழிபெயர்ப்பாளர் குறிப்பு உணர்த்துகின்றது.

பழந்தமிழில் இயற்கையை இயற்கைக்காகவே பாடும் பாடல் எதுவும் இல்லை. தன் குஞ்சுகளுக்காக இரையைச் சேகரித்துக் கொண்டு விரைந்துவரும் பறவை ஒன்றைக் குறுந்தொகை (92) வருணிக்கின்றது. அகமரபின்படி தலைவன் வரக்காணாத தலைவி காதல் ஏக்கத்தால் கூறியது என்னும் வகையில் இப்பாடல் அடங்குகிறது.

அந்த நெல்லி மரத்திற்கு நனவில்லை, உறவில்லை, வீடில்லை. எனவே ஆனந்தமாய் இருக்கிறது. நனவும். உறவும், வீடும் உள்ளமை யால் எனக்கு ஆனந்தம் இல்லை என்று தலைவி புலம்புவதாகவும் தமிழ் மரபில் நின்று சீனப் பாட்டுக்குப் பொருள் காணலாம்.

காவலாளிகள் எனும் பாட்டு (எண்:151) பொறுப்பற்ற, கோழைத் தனமான, சொன்ன சொல்லைக் காப்பற்றாத கணவனை மனைவி கேலியாகக் குறைகூறுவது போன்ற தொனியில் அமைந்துள்ளது. பழந்தமிழ் மரபில் பரத்தையிற் பிரிந்த தலைவனைத் தலைவி எள்ளி நகையாடுவது உண்டு. பொருள் வயிற்பிரிந்த தலைவன் பற்றிக் குறை கூறுவது உண்டு. தலைவனைக் கோழையாகவோ, கடமை உணர்வு அற்றவனாகவோ காட்டுவதில்லை. சீனப்பாடல் நாட்டுப்புற மரபில் வந்தது.

இம்மரபில் வந்த மற்றொரு பாட்டு தென்மலை (எண்: 101) இது செவ்வியல் தமிழ்மரபில் எண்ணிப்பார்க்க முடியாதது. இந்தச் சீனப்பாட்டு திருமணத்திற்குப் பின்னும் தன் நாட்டுக்கு வரும் போதெல்லாம் அண்ணனுடன் உடலுறவு கொள்ளும் ஓர் இளவரசியைப் பற்றியது. மேல் மட்டத்தின் தகாத உறவைக் கண்டிக்கும் நாட்டுப்புற மக்கள் பார்வையை இதில் காண முடிகிறது.

பழந்தமிழ்ப் பாடல்களில் காணப்படாத ஓர் அம்சம் சீனப் பாடல்களில் காணப்படுகிறது. அது பரவலான குடும்ப உறவு.

பொருள் தேடப் பிரியும் தலைவன், தலைவி பற்றி எண்ணுவதாகத்தான் பழந்தமிழ்ப் பாடல்கள் காணப்படுகின்றன. மாறாக அடர்ந்த மலை, (எண்: 110) எனும் பாட்டில் பணியின் பொருட்டுப் பிரிந்தவன் தன் தந்தை, தாய், தமையன் ஆகியோரை எண்ணுகிறான்.

மன்னனின் ஆணைப்படி – போரிடவோ தூது செல்லவோ – நான்கு குதிரை பூட்டிய தேரில் விரைகின்றான் ஒருவன். இது தவிர்க்கவே முடியாத பயணம். ஆனால் அவன் உள்ளமோ தாய், தந்தை நலன்நாடி ஏங்குகிறது (எண்: 162). பறக்கும் புறாக்கள் அவ்வப்போது தம் சுற்றத்துடன் கூடியிருக்கும் காட்சி இடையிடையே சுட்டப்பெறுவது குறிப்புப் பொருள் பொதிந்ததாகும். புறாக்கள் நெடுந்தொலைவு பறக்கவல்லவை. அவை கூட அவ்வப்போது சுற்றத்துடன் கூடியிருக்கின்றன. ஆனால் அவன் சுற்றத்தினருடன் இருக்க முடியவில்லை.

நட்பையும், சகோதர உணர்வையும் ஒப்பிட்டு, விவாதித்துச் சகோதர உணர்வே மேலானது என்கிறது ஒரு பாடல். (எண்: 164) முழுக் குடும்பத்தினரும் ஒன்றுபட்டு மகிழும் நிகழ்ச்சியுடன் நிறைகிறது அப்பாடல்.

முற்றிலும் இதற்கு இணையான பழந்தமிழ்ப்பாடல் இல்லை. ஆனால் அண்ணனைக் கொன்றவனைப் பழிவாங்கத் தேடும் தம்பி பற்றிய பாடலைப் புறநானூற்றில் (300) காண முடிகிறது. இது இனக்குழு வாழ்வின் உணர்ச்சி, மாறாக, அரசுகள் உருவானபொழுது ஒரே குடியினர் தம்முள் மோதிக்கொண்டதையும். அது குடிக்கு இழுக்கு எனப் புலவர் அறிவுறுத்தியதையும் புறநானூறு(45) காட்டும்.

தாய், தந்தை, மூத்தவன், இளையவன் எனக் குடும்பம் முழுமைக்குமான மாளிகை எழுப்புதல், குழந்தைப்பேறு பற்றிய கனவின் குறிகள், ஆண் – பெண் குழந்தைகளை வளர்க்கும் முறை, வழிவழியாக வரும் குடும்பத் தொடர்ச்சி ஆகியவற்றை விவரிக்கிறது ஒரு பாடல் (எண்: 189). இதற்கு இணையாகவும் தமிழில் பாடல் இல்லை என்றாலும், சீனப்பாடல் ஆணுக்கும் பெண்ணுக்கும் வரையறுக்கும் வகிபாகம் (Role) தமிழ் மரபிற்கும் இசைவானதே.

'பெருகுதல்' எனும் பாடல் (எண்: 237) ஒரு குழு ஓரிடத்தில் நிலையாகக் குடியமர்தலை வரலாற்றுக் குறிப்புகளுடன் விவரிக்கிறது. குடியிருப்புகள், அரண்மனை ஆகியன உருவாக்கப்படுவதையும், பகைவர் தோற்று ஓடுவதையும் இப்பாடல் காட்சிப்படுத்துகிறது.

‘காடுகொன்று நாடாக்கிக்
குளந்தொட்டு வளம் பெருக்கிப்
பிறங்குநிலை மாடத்து உறந்தை போக்கிக்
கோயிலொடு குடிநிறீஇ
வாயிலொடு புழை அமைத்து
ஞாயில் தொறும் புதை நிறீஇ’ *(பட்டினப்பாலை, 283—288)*

எனத் தொடரும் பட்டினப்பாலை அடிகளைச் சீனப் பாடலுடன் ஒப்பிடலாம்.

‘நல்லநாள்’ என்கிற பாடல் (எண்:180) வேட்டைச் சமூக மரபையும், வேட்டையாடுதலையும் வேட்டையாடியவற்றை மதுவுடன் பகிர்ந்து உண்டதையும் காட்டுகிறது. வேட்டுவ இனக்குழுச் சமூக வாழ்க்கை பற்றிய பரவலான குறிப்புகள் பழந்தமிழில் காணப்படுகின்றன. வேட்டையாடியதைப் பகுத்துண்ணும் மரபு ஒரு புறநானூற்றுப் பாடலில் (325) நன்கு பதிவாகியிருக்கிறது. வேடர் குலத்திலிருந்து உருவான ஓரி, காரி. போன்ற தலைவர்கள்தாம் வள்ளல்களாகப் போற்றப்பட்டனர்.

படையும் கொடியும் குடையும் முரசும் புரவியும் தேரும் யானையும் பிறவும் கொண்ட பெருவேந்தர்களை விடவும் வேடர் குலத் தலைவர்களையே புலவர்கள் பெரிதும் போற்றினர்.

“நல்ல ஏர்க்கலப்பை” எனும் பாட்டு (எண்: 291) உழுதல், விதைத்தல், விளைத்தல், விளைச்சல், அறுவடை, தானியக் களஞ்சியம், பலியிடும் சடங்கு ஆகியவற்றைச் சித்திரிக்கிறது.

பழந்தமிழகத்தில் உழவு மிகவும் மதிக்கப்பட்டது.

“பொருபடை தரூஉங் கொற்றமும் உழுபடை
ஊன்றுசால் மருங்கின் ஈன்றதன் பயனே”

என்கிறது ஒருபாடல் (புறநானூறு, 35) உழவுத் தொழில் முறையைப் பெரும்பாணாற்றுப்படை விளக்குகிறது. (அடி: 197—201) பெரிய இல்லங்களில் நெற்கூடுகள் இருந்தன (புறம்.148.4). நெல்லை மூட்டையாகவும் அடுக்கினர் (பொருநராற்றுப்படை.244—246). சீனத்திலும், தமிழகத்திலும் உழவு சார்ந்த வாழ்முறை ஒத்திருப்பதை உணர முடிகிறது. உழவுத் தொழிலின் வளர்ச்சியுடனேயே தமிழகத்தில் பேரரசர்கள்/வேந்தர்கள் உருவாயினர். வேட்டைச் சமூக வாழ்க்கையின் பகுத்துண்ணலிலிருந்து வேறுபட்டு வேந்து உருவாக்கத்துடன் கொடை, இரத்தல் எனும் ஏற்றத்தாழ்வான போக்கு உருவாயிற்று

“செல்வத்துப் பயனே ஈதல்
துய்ப்பே மெனினே தப்புந பலவே” *(புறம், 189)*

எனப் புலவர்கள் ஈகையை வலியுறுத்தினர். பகுத்துண்ணலும், கொடையும் பரவலாக நிலவிய பழந்தமிழ்ச் சமூகத்தில் உழைப்போர், உடையோர் முரண்பாடு முற்றவில்லை. மாறாகச் சீனப்பாடல்களில் வர்க்க முரண்பாட்டில் விளைந்த உழைப்போர் சார்பான குரல்கள் பதிவாகியுள்ளன.

தண்டச் சோறுண்ணும் பிரபு குலத்தாரை அங்கதக் குறிப்புடன் சாடுகிறது ஒரு பாடல் (எண்:122). மற்றொரு பாடலில் (113)

சுரண்டலிலிருந்து விடுபட்டு இனியதோர் உலகை நோக்கிச் செல்ல விழையும் துடிப்பு வெளிப்படுகிறது. கொடும் சுரண்டலும், அதற்கெதிரான எழுச்சியும் வரலாற்றுக்காலந் தொட்டே சீன மனநிலையில் பதிந்து தொடர்கின்றன போலும்.

சனநாயகக் குரல் எழுப்புதலுக்கும் கவித்தொகையில் சான்று உள்ளது (எண்: 131). அரச மரபினரின் கல்லறையில் வீரர் சிலரையும் உயிருடன் புதைக்கும் வழக்கம் இருந்தது. கைவிடப்பட்ட அந்த வழக்கம் மீட்டெடுக்கப்பட்ட ஒரு கட்டத்தில் உயிருடன் புதைக்கப் படவிருந்த வீரர் மூவரின் விதிர்ப்பையும் அவர்கள் புதைக்கப்பட்டதை யும் அதற்கான எதிர்ப்புக் குரலையும் பதிவு செய்கிறது அப்பாடல். புதைக்கப்பட்ட அவ்வீரர்கள் போரில் வீரமரணம் அடைவதற்கு அஞ்சாதவர்கள் என்பதையும் அப்பாடல் வெளிப்படுத்துகிறது.

தமிழகத்தில் இத்தகைய வழக்கம் இருந்ததற்குச் சான்றுகள் இல்லை. மாறாகத் தலைவன் மறைவைத் தாங்க இயலாத – அவனுடனேயே உறைந்த – மறவர்கள் “தலைவனை இட்டுப் புதைப்பதற்கான தாழியில் எங்களுக்கும் இடமிருக்கும் வகையில் அகலமாகச் செய்க!” எனக் குயவரை வேண்டும் பாடல் ஒன்று புறநானூற்றில் (256) உள்ளது. உணர்ச்சிவயப்பட்டுத் தம் உயிரைப் போக்கிக்கொள்ள முனையும் உணர்வு தமிழ்மனப்பாங்கில் உள்ளது போலும்.

பழந்தமிழ் இலக்கியங்களில் புலவர்கள் ஒரு வகையில் சனநாயகக் குரலெழுப்பியதையும் இங்கு நினைவுபடுத்திக் கொள்ளலாம். சோழன் குளமுற்றத்துத் துஞ்சிய கிள்ளி வளவன் மலையமானின் மகன்களாகிய சிறுவர்களை யானைக் காலிலிட்டுக் கொல்ல முற்பட்டபோது கோவூர்கிழார் அதனைத் தடுத்துவிடுவதை ஒரு புறநானுற்றுப்பாடல் காட்டும்(46).

‘சாணிவண்டுகள்’ (எண்: 219) எனும் பாடல் நாட்டுக்கு நன்மையை எண்ணும் ஒருவனுக்கு எதிராகப் பழிகூறும் சிந்தனையாளர் பற்றி மன்னனை எச்சரிக்கிறது. ஏறத்தாழ இதேபோல்,

“வழிபடுவோரை வல்லறிதி நீயே
பிறர்பழி கூறுவோர் மொழிதேறலையே”

என்று எச்சரிக்கை தருகிறது ஒரு புறநானூற்றுப் பாடல்(10). ‘செவியறிவுறூஉ’ என்கிற துறையில் அமைந்த பாடல்கள் பலவும் இவ்வகையில் மன்னனை எச்சரிப்பவைதாம்.

திருமணமாகி வேறொரு நாட்டுக்குச் சென்றுவிட்ட இளவரசி, தன் தந்தை நாட்டின் மீது பகைவர் படையெடுத்து வந்தது கேட்டு – புகுந்த நாட்டு அரசனான கணவனும் அந்நாட்டு அதிகாரிகளும் உதவவராத நிலையில் – தானே தனித்துப் போர்க்கோலம் பூண்டு குதிரையேறி விரைகிறாள். ஆனால், கணவனின் அதிகாரிகள் துரத்தி வந்து தடுத்து அழைத்துச் சென்று விடுகின்றனர். அந்த ஆற்றாமையும் சினமும் ஒரு சீனப் பாட்டில் (எண்:54) பொங்கு கின்றன. இப்படிப் பெண்கள் போர்க் கோலம் பூண்டதாகத் தமிழ்ப் பதிவு இல்லாவிடினும் பெண்களின் வீர உணர்வுகள் மூதின்முல்லைத் திணைப் பாடல்களில் சித்திரிக்கப்பட்டுள்ளன.

ஒரு பெரும் பஞ்சம் பரவிய கால நிலையைச் சீனப் பாடலொன்று சித்திரிக்கிறது. (எண்: 258) இத்தகைய சித்திரம் தமிழில் இல்லை. பிற்காலத்திய இறையனார் களவியல் உரை பன்னீராண்டுப் பஞ்சம் பற்றிப் பேசினாலும் சித்திரிப்பு இல்லை.

❍

சீனப் பாடல்கள் தமிழின் கலிப்பா யாப்பை ஒத்துள்ளதாகப் படுகிறது. குறிப்பாகச் சில பாடல்கள் (65, 110, 112, 113, 115, 129, 131, 148, 219, 230) கலிப்பா உறுப்பாகிய தாழிசைபோல, ஒரு பொருள் மேல் மூன்றடுக்கி அமைந்துள்ளன. இதனை ஒரு நாட்டுப்புறவியல் கூறாகக் கொள்ளலாம்.

கவித்தொகைப் பாடல்கள் இசையோடு பாடப்பட்டன என்பதை நோக்கப் பதிற்றுப்பத்து, பரிபாடல் ஆகியவற்றுக்குத் தரப்பட்டுள்ள இசைக் குறிப்புகள் கொண்டு அவையும் பாடப்பட்டு வந்ததை உறுதிப்படுத்தலாம்.

❍

'காலந்தோறும் கவித்தொகை' எனும் கட்டுரை பழந்தமிழ்த் தொகை நூல்கள் குறித்த சில தெளிவுகளைத் தரவல்லது.

இந்த நூலில் உள்ள பாடல்கள் வாய்வழிப் பாடல்களாகத் தோன்றியவை. அவற்றைத் தனித் தனியே எங்கெங்கேயோ யார்யாரோ எழுதிவைத்திருக்கிறார்கள். எழுதப்பட்ட பாடல்களையும் யார்யாரோ திருத்தி, மாற்றி எழுதியிருக்கிறார்கள். இவற்றில் ஒரு சிலவற்றை யார்யாரோ வெவ்வேறு காலங்களில் தொகுத்திருக்கலாம். அவற்றில் ஒரு தொகுப்பு நமக்குக் கிடைத்தாக இருக்கலாம். இந்த முறையில் உருவான ஒரு நூலுக்கு, எதன் அடிப்படையில் வயதை நிர்ணயிப்பது? பாடிய காலமா? எழுதிய காலமா? திருத்திய காலமா? தொகுத்த காலமா? (பக். 102)

இந்த வினாக்கள் பழந்தமிழ்த் தொகை நூல்களுக்கும் பொருந்தும். பழஞ்சீன நூல்கள் ஐந்தினைக் கன்ஃபூசியஸ் (கி.மு.551–479) தொகுத்தார் என்கின்ற கருத்து உண்டு. அவற்றுள் மூத்தது கவித்தொகை.

ட்ச்சின் மன்னர் (கி.மு.221–207) பழஞ்சிந்தனை ஒழிப்பின் பொருட்டு முந்தைய நூல்களைத் தடைசெய்த போது கவித்தொகையும் எரிக்கப்பட்டது. பிற்காலத்தில் பழைய இலக்கியங்களை மீட்கும் உணர்வு எழுந்தபோது கவித்தொகைப் பாடல்களை அறிஞர்கள் நினைவிலிருந்து எழுதினார்கள் என்கிற குறிப்பு கிடைக்கிறது.

பழந்தமிழ்த் தொகைநூல்கள்தாமும் – தடை, எரித்தல் போன்றவற்றை எதிர் கொள்ளாவிடினும் – பயிற்சியில் நிலவிய ஏற்றத்தாழ்வுகள் காரணமாகச் சில வரலாற்றுக் கட்டங்களைக் கடந்து மொழிக்கூறுகள் உட்படப் பழமையின் அடிப்படைகள் பலவற்றைத் தக்க வைத்துக் கொண்டு வடிவமாற்றம் பெற்றிருக்கலாம்.

கலித்தொகை, பரிபாடல் தவிர எட்டுத்தொகை, பத்துப்பாட்டு நூல்கள் ஆசிரியப்பாவால் அமைந்தவை. 'ஆசிரியம்' என்கின்ற

பெயர் பெரிதும் புலனெறி வழக்கின் காரணமாக அமைந்தது எனக் கருத இடம் தருகிறது.

நாடக வழக்கிலும் மக்கள் நாவிலும் உலவிய பழம்பாடல் வடிவங்களின் புலனெறி வழக்கு கலியும், பரிபாடலும். ஆசிரியப் பாவால் இயன்ற பாடல்களுக்கும் கலித்தொகை பரிபாடல்களுக்கும் மூலஊற்று ஒன்றே. இவை வெவ்வேறு வடிவங்களில் எழுத்தாக்கம் பெற்றுள்ளன.

"நாடக வழக்கினும் உலகியல் வழக்கினும்
பாடல் சான்ற புலனெறி வழக்கம்
கலியே பரிபாட்டு ஆயிரு பாவினும்
உரியதாகும் என்மனார், புலவர்"

எனத் தொல்காப்பியர் பெரிதும் புலனெறி வழக்கையே சார்ந்த ஆசிரியப்பாக்களினின்றும் வேறுபட்டவை கலி, பரிபாட்டால் ஆன அகப்பாடல்கள் என்பதன் பொருட்டே மேற்குறித்த நூற்பாவை யாத்துள்ளார் என்னும் கருத்து கவித்தொகையின் வரலாற்றைப் படித்த பொழுது தோன்றியது.

மொழிபெயர்ப்பாளர் பயணி கவித்தொகையின் *305 பாடல்களுள் பத்தில் ஒரு பங்கு எனத்தக்க 34 பாடல்களை* மட்டுமே தமிழில் தந்துள்ளார். இதற்கே அவர் அரிதின் முயன்று உழைத்துள்ளார். எனினும், முழுவதும் தமிழில் வரும்நாள் எந்நாளோ? என ஏங்க வைக்கின்றன இப்பாடல்கள்.

திருச்சி
05.02.2012

கலித்தொகை ஓர் அறிமுகம்

பெயர், பொருள், காலம்,
அமைப்பு, ஒப்புமை

பெயரும் பொருளும் ●
காலமும் அமைப்பும் ●●
சங்க இலக்கிய ஒப்புமை ●●●
ஒப்புமைக்கு ஒரு எடுத்துக்காட்டு ●●●●

பெயரும் பொருளும்

ஷிழ் சிங் (Shi Jing) என்பது சீனாவின் முதல் நூல். ஆயிரக்கணக்கான ஆண்டுகளுக்கு முன்னால் எழுதப்பட்டப் பாடல்களின் தொகுப்பு. இன்று கிடைக்கப்பெறும் சீன நூல்களில் மிகத் தொன்மையானது இதுதான். ஆகையால், சீனாவின் இலக்கிய வரலாறே இந்த நூலிலிருந்து தான் துவங்குகிறது. கவித்தொகை ஓர் இலக்கிய நூலாக மட்டும் நின்றுவிடவில்லை. சீனாவின் சமூகத்தை, மதத்தை, அரசியலை, வாழ்வியலை ஆயிரக்கணக்கான ஆண்டுகளாக ஊடுருவி நிற்கும் நூல் இது. சீனர்களுக்கு மட்டும் அல்ல; சீனாவைப் பற்றி, சீன சமூகத்தைப் பற்றி, சீன இலக்கியத்தைப் பற்றித் தெரிந்துகொள்ள விரும்புபவர்களுக்கும் முக்கியமான நூல் இது. பலவகைகளில் தமிழின் சங்க இலக்கியங்களுக்கு ஒப்பானது இந்த நூல்.

'ஷிழ்' என்ற சொல்லுக்கு, கவிதை அல்லது பாடல் என்று பொருள். 'சிங்' என்ற சொல்லுக்குப் பல பொருள்கள் உண்டு. இவற்றுள் Classic – செவ்விலக்கியம் என்ற பொருளும், Anthology – தொகுப்பு என்னும் பொருளும் முக்கியமானவை. ஆங்கிலத்தில் இந்த நூலின் தலைப்பு பெரும்பாலும் Classic of Songs – மிகச் சிறந்த பாடல்களின் தொகுப்பு – என்று மொழிபெயர்க்கப்படுகிறது. தமிழின் சங்க காலத்துத் தொகைநூல்களான குறுந்தொகை, நெடுந்தொகை, கலித்தொகை வழியில், 'கவித்தொகை' என்கிற மொழிபெயர்ப்பு, இந்த நூலின் செவ்விலக்கியம் மற்றும் தொகுப்பு என்னும் தன்மைகளை வெளிப்படுத்துவதாக இருக்கிறது.

காலமும் அமைப்பும்

கி. மு. 500 வாக்கில் இந்த நூல் தொகுக்கப்பட்டிருக்கிறது. இதில் இருக்கும் பாடல்கள் எப்போது எழுதப்பட்டவை என்பதற்குத் தெளிவான ஆதாரங்கள் இல்லை. இதன் தொன்மை பற்றி, எழுதப் பட்ட, தொகுக்கப்பட்ட காலம் பற்றி, 'காலந்தோறும் கவித்தொகை' என்கிற கட்டுரையில் விளக்கமாகப் பார்க்கலாம்.

கவித்தொகை ஒரு தொகை நூல். ஆனால் இதன் மூலநூல், – பாடல்களை மட்டும் தொகுத்து அமைக்கப்பட்ட நூல்– கிடைக்கவில்லை. இந்தப் பாடல்களுக்கு விளக்க உரை எழுதப்பட்ட நூல்களிலிருந்துதான் இந்தப் பாடல்களின் மூலத்தைத் தெரிந்து கொள்ள வேண்டியிருக்கிறது. அதிலும் சீன வரலாற்றிலே கவித்தொகை போன்ற இலக்கிய நூல்கள் அழிக்கப்பட்டதும், ஆட்சி மாறிய பின்பு நினைவிலிருந்து இவற்றை எழுதியதும் குறிப்பிடப்படுகிறது. ஆகையால் கவித்தொகையின் மூல நூலில் எத்தனை பாடல்கள் இருந்தன என்று சொல்ல முடியாது. கிடைக்கும் தகவல்களின்படி குறைந்த பட்சம் 311 பாடல்கள் இருந்திருக்கின்றன. ஏனென்றால் 311 பாடல்களின் தலைப்புகள் நமக்குக் கிடைத்திருக்கின்றன. ஆனால் இதில் ஆறு பாடல்களுக்குத் தலைப்பு தவிர, பாடல் வரி எதுவும் கிடைக்கவில்லை. 305 பாடல்களே முழுமையாகக் கிடைத்திருக் கின்றன. மொத்தம் மூவாயிரம் பாடல்கள் இருந்ததாகவும் அதில் முந்நூறு பாடல்கள் தேர்ந்தெடுக்கப்பட்டதாகவும் பின்னால் வந்த இலக்கியங்கள் குறிப்பிடுகின்றன. ஆனால் இந்த மூவாயிரம் போன்ற

எண்ணிக்கைகளுக்கு எந்த அளவு ஆதாரம் இருக்கிறது என்பது தெரியவில்லை.

கவித்தொகையின் பாடல்கள் மூன்று வகைப்படும்: நாட்டுப் பாடல்கள், விழாப் பாடல்கள், வேண்டுதல் பாடல்கள். எளிமையாகச் சொல்வதானால் நாட்டின் பல பகுதிகளில் வழங்கிவந்த வாய்மொழிப்பாடல்களின் தொகுப்புதான் நாட்டுப்பாடல்கள். ஏனெனில் இந்தப் பாடல்களை அவை கிடைத்த நாட்டுப் பகுதியின் அடிப்படையில் தொகுத்திருக்கிறார்கள். எடுத்துக்காட்டாக, 'வெய் பகுதி நாட்டுப் பாடல்கள்', 'வாங் பகுதி நாட்டுப்பாடல்கள்' என்பதுபோல் பிரிவுகள் அமைந்திருக்கின்றன. 305 கவித்தொகை பாடல்களில் 160 நாட்டுப் பாடல்கள். அடுத்த வகையான விழாப் பாடல்கள், அரசு விழாக்களின்போதும் சடங்குகளின்போதும் பாடப்பட்டவை. இவற்றைச் சிறு விழாப் பாடல்கள், பெரு விழாப் பாடல்கள் என்றும் வகைப்படுத்துகிறார்கள். அரண்மனை விழாக்களின்போது பாடப்பட்டவை சிறு விழாப் பாடல்கள்; இன்னும் முக்கியத்துவம் வாய்ந்த அரசு சடங்குகளின்போது பாடப்பட்டவை பெரு விழாப் பாடல்கள். கவித்தொகையில் 74 சிறு விழாப் பாடல்களும், 31 பெரு விழாப் பாடல்களும் இருக்கின்றன. கடைசியாக, யாகம் போன்ற சடங்குகளின்போது கடவுளையும் முன்னோரின் ஆவிகளையும் வேண்டிப் பாடப்பட்டவை வேண்டுதல் பாடல்கள். கவித்தொகையில் 40 வேண்டுதல் பாடல்கள் இருக்கின்றன.

கவித்தொகையின் பாடல்களில் சில குறுகியவை. பல பாடல்கள் வெறும் ஆறு வரிகளையே கொண்டுள்ளன. பல பாடல்கள் நெடியவை. ஒரு சில பாடல்கள் பல பக்கங்களுக்குத் தொடர்கின்றன. நாட்டுப் பாடல்கள், சிறுவிழாப் பாடல்கள், பெருவிழாப் பாடல்கள், வேண்டுதல் பாடல்கள் என்னும் பிரிவுகளுக்குள்ளேயும் பாடலின் அளவு வேறுபடுகிறது. கவித்தொகையின் மிகப் பெரும் பாடல்களில் ஒன்றான 'ஏழாவது நாள்' என்கிற பாடல் நாட்டுப் பாடல் பிரிவில் இருக்கிறது. பல சிறுவிழாப் பாடல்கள், பெருவிழாப் பாடல்கள் பலவற்றைவிட நீளமானவை.

நமக்குக் கிடைத்திருக்கும் நூல்களில் ஒவ்வொரு பாடலையும் தொடர்ந்து, அதற்கான விளக்கங்கள் கொடுக்கப்பட்டிருக்கின்றன. இந்த விளக்கங்கள், வெவ்வேறு காலத்தில், பல உரையாசிரியர்களால் எழுதப்பட்டவை. ஆகையால் பாடல்களும் அவற்றைத் தொடர்ந்து உரைகளின் தொகுப்பும் கொடுக்கப்பட்டுள்ளன என்று சொல்லலாம். தற்காலத்தில் பதிக்கப்படும் கவித்தொகை நூல்களில் பலவும் பாடல்களுக்கு நவீன வடிவம் தந்து, எளிதாகப் புரிந்துகொள்ளும் வகையில் தற்கால ஆசிரியர்கள் எழுதும் பாடல்களைக் கொண்டிருக்கின்றன. இவையே 'விளக்க உரை'யாகவும் அமைகின்றன. ஒரு சில நூல்களில் நவீன வடிவப் பாடல்களுடன் அருஞ்சொற்பொருள் பகுதியும் இடம்பெறுகிறது. இதில் புரிந்துகொள்ளக் கடினமான சொற்களுக்கு விளக்கம் தரப்பட்டிருக்கிறது.

சங்க இலக்கிய ஒப்புமை

தமிழின் சங்க இலக்கியச் செய்யுள்களுக்கும் கவித்தொகைக்கும் ஒரு சில ஒற்றுமைகள் இருக்கின்றன. வேறுபாடுகள் நிறைய இருந்தாலும்

இந்த ஒற்றுமைகளைத் தெரிந்துகொண்டால் கவித் தொகை நூலை அறிமுகப்படுத்திக்கொள்வது கொஞ்சம் எளிமையாக இருக்கும்.

தொல்காப்பியம் என்கிற இலக்கண நூலை விட்டால் சங்க இலக்கியங்களான எட்டுத்தொகை, பத்துப்பாட்டு தொகுப்புகள்தாம் நமக்குக் கிடைத்திருக்கும் பழமையான இலக்கிய நூல்கள். சீனாவில், கவித்தொகை என்னும் தொகுப்புதான் இதுவரை கிடைத்தவற்றிலேயே பழமையான நூல். சங்க இலக்கிய நூல்கள் எப்போது எழுதப்பட்டன, எப்போது தொகுக்கப்பட்டன என்பதற்கு நேரடியான ஆதாரங்கள் கிடைக்கவில்லை. கவித்தொகை நூலில் உள்ள பாடல்களும் எப்போது எழுதப்பட்டன, எப்போது தொகுக்கப்பட்டன என்பதற்கும் நேரடியான ஆதாரங்கள் எதுவும் கிடைக்கவில்லை. சங்கப் பாடல்கள் ஏறத்தாழ கி.மு. 1000 முதல் கி.மு. 600 வரையில் எழுதப்பட்டிருக்கலாம் என்று ஆராய்ச்சியாளர்கள் சொல்கிறார்கள். கவித்தொகையின் சில பாடல்கள் கி.மு. 1000 வாக்கில் எழுதப்பட்டவை என்று சீன இலக்கிய ஆராய்ச்சியாளர்கள் சொல்கிறார்கள். சங்க இலக்கிய நூல்களில் ஏன் இத்தனை பாடல்கள் மட்டும் தேர்ந்தெடுத்துத் தொகுக்கப்பட்டிருக்கின்றன என்பதற்கு நம்மிடம் விடை எதுவும் இல்லை. கவித்தொகை நூலில் இருக்கின்ற பாடல்களின் எண்ணிக்கையும் இப்படித்தான்.

தமிழ் இலக்கிய வரலாற்றில் சங்க இலக்கியத்தின் முக்கியத் துவத்தைப் பற்றிச் சொல்ல வேண்டியதில்லை. பின்னால் பெரும் நதியாய் ஓடிய, ஓடிக்கொண்டிருக்கும் தமிழ் இலக்கியத்துக்கு, வற்றாத சுனையாய், வெளிப்படையாகவும் வெளிப்படையாக இல்லாமலும், அடிப்படையாக அமைபவை சங்க இலக்கியமே. நமது இலக்கியத்துக்கு மட்டும் இல்லாமல் வாழ்க்கையின் பல அம்சங்களுக்கு முதல் பதிவாக, முதல் வித்தாக இருப்பவை சங்கப் பாடல்கள். இதே போல், கவித்தொகையின் பாடல்களும் சீனர்களின் இலக்கியத்துக்கு, வாழ்க்கைக்கு அடிப்படையாக அமைகின்றன. கவித்தொகைப் பாடல்களில் உள்ள கருத்துகள், அதிகாரபூர்வமாக மக்கள் பின்பற்றப்படவேண்டிய கருத்துகளாக அரசால் அறிவிக்கப்பட்டு நூற்றாண்டுகளாகக் கோலோச்சி வந்தன. இந்த வரலாற்றின் சுருக்கத்தைக் 'காலந்தோறும் கவித்தொகை' என்கிற கட்டுரையில் விளக்கமாகப் பார்க்கலாம். அதே நேரத்தில் நமது சங்க இலக்கியங்கள் பற்றி, இன்றைய காலகட்டத்தில் நம்மில் பலருக்கு அறிமுகமோ புரிதலோ இல்லாமல் போவதுபோல் சீனாவின் இன்றைய தலைமுறைக்கும் கவித்தொகை நூல் பற்றிய அறிமுகமும் புரிதலும் குறைந்திருக்கிறது என்பதும் உண்மைதான்.

திணை என்றால் வகை அல்லது பிரிவு. சங்க இலக்கியத்திலே இரண்டு பெரிய பிரிவுகள் உண்டு – அகத்திணை, புறத்திணை. எளிமையாக, நேரடியாகப் புரிந்துகொள்ள அகம் என்பது உள்ளுணர்வு பற்றியது என்று சொல்லலாம். இந்த உணர்வுகளை வெளியே சொல்ல முயன்றாலும் சொல்லிவிட முடியாது. பொது அளவில் இவை, 'காதல்' பற்றிய பாடல்கள் என்பார்கள். புறம் என்பது வெளியே சொல்லக்கூடிய உணர்வுகள் பற்றியது. இந்தப் பிரிவில், 'வீரம்', 'போர்', 'புகழ்' போன்ற விஷயங்களைப் பற்றிய பாடல்கள்

இருக்கும். கவித்தொகையில் மூன்று பிரிவுகள் இருக்கின்றன – நாட்டுப் பாடல்கள், விழாப் பாடல்கள், வேண்டுதல் பாடல்கள். ஒருவகையில், நாட்டுப் பாடல்களை அகம் போலவும், விழா மற்றும் வேண்டுதல் பாடல்களைப் புறம் போலவும் கொள்ளலாம். சங்க இலக்கியத்தில், அகப்பாடல்களிலே, அவன், அவள், தோழி, தாய் போன்ற பொதுப்பெயர்கள்தாம் பயன்படுத்துவார்கள். யாரைப் பற்றிப் பாடுகிறார்கள் என்பது வெளியே தெரியாது. இது, படிப்பவர் களின் உள்ளுணர்வு பாடலின் உணர்வுடன் ஒன்றிப்போவதற்கு உதவியாக இருக்கிறது. கவித்தொகையின் நாட்டுப்பாடல்களிலும் பெரும்பான்மையான பாடல்கள் இப்படித்தான் இருக்கின்றன. ஆனால், சங்க இலக்கியத்திலே இந்த விதிமுறை மிகக் கடுமையாகப் பயன்படுத்தப்படுகிறது – எங்கேயாவது, ஏதாவது குறிப்பு மூலமாவது, யாரைப் பற்றிப் பாடுகிறார்கள் என்பது தெரிந்துவிட்டால் அதை அகப்பாடல் வகையில் சேர்த்துக்கொள்ளமாட்டார்கள். அந்த விதிமுறை கவித்தொகையின் எல்லாப் பாடல்களுக்கும் பொருந்தும் என்று சொல்ல முடியாது. சங்கப் பாடல்களின் புறம் பற்றிய பாடல்களில் சொல்லப்படும் பல விஷயங்கள், கவித்தொகையின் விழா மற்றும் வேண்டுதல் பாடல்களின் இருப்பதைப் பார்க்கிறோம். வீரம், அறம், வள்ளல்தன்மை, மக்களின் வாழ்வு முறை, சடங்குகள், அரசாங்கம் என்று பல விஷயங்கள் பொதுவாக இருக்கின்றன.

சங்கப் பாடல்களிலே, ஐந்திணை என்பது முக்கியமான விஷயம். ஓர் உணர்வு எந்தச் சூழலில் சொல்லப்படுகிறது என்பது முக்கியம். அதனால் உள்ளுணர்வுகளைப் பெரிய பிரிவுகளாகப் பிரித்து, அந்த உணர்வுகள் பற்றிய பாடல்களை எந்தச் சூழலில் சொல்ல வேண்டும் என்று வரையறுத்திருக்கிறார்கள். எடுத்துக்காட்டாக, உள்ளுணர்வு களைச் சொல்லும் அகப் பாடல்களிலே, நுணுக்கமான உணர்வுகளை எந்தச் சூழலில் சொன்னால் அது சிறப்பாக வெளிப்படும் என்பதையும் புரிந்துகொண்டு வகைப்படுத்தியிருக்கிறார்கள். தலைவனும் தலைவியும் ஒருவரை ஒருவர் பார்த்துப் பழகிக் கூடுவதை, எந்தச் சூழலில் சொல்ல வேண்டும்? மலைகள் இருக்க வேண்டும். கிளி, மயில் போன்ற பறவைகள் இருக்க வேண்டும். அருவியும் சுனையுமாய் நீர் ஓடிக்கொண்டிருக்க வேண்டும். தேக்குமரம், சந்தனமரம், மூங்கில் என்று தாவரங்கள் செழித்திருக்க வேண்டும். அவர்கள் கூடும் நிகழ்ச்சி தமிழ்நாட்டிலே குளிரும் பனியுமான ஐப்பசி, கார்த்திகை, மார்கழி, தை மாதங்களில் நடக்க வேண்டும். அதுவும் எல்லாரும் தூங்கும் இரவிலே நடக்க வேண்டும். இப்படியான சூழலிலே சொன்னால்தான் காதலர்கள் கூடும் உணர்வு சிறப்பாக வெளிப்படும் என்பது தெரிந்து, இதை ஒரு திணையாக, பிரிவாக வைத்திருக்கிறார்கள். இது குறிஞ்சித்திணை. பாலைத்திணை என்பது காதலர்கள் ஒருவரை ஒருவர்பிரிந்துபோகும் உணர்வை, எல்லாத் துன்பங்களையும் பல மடங்கு அதிகமாக்கிவிடும் பாலைவனச் சூழலைப் பின்னணியாகக் கொண்டு சொல்கிற பாடல்கள் இதில் அடங்கும். முல்லைத்திணையில், பிரிந்த காதலர்கள், மீண்டும் சேர்ந்துவிடுவோம் என்று நம்பிக்கையுடன் காத்திருக்கும் உணர்வு, அன்றாட வாழ்க்கையைப் பெரிய மாற்றங்கள் எதுவும் இல்லாமல் அமைதியாகக் கழிக்கும், காட்டை ஒட்டி வாழ்கிற ஆயர்களின்

வாழ்க்கையைப் பின்னணியாகக் கொண்டு சொல்லப்படுகிறது. நெய்தல்திணையில், பிரிந்தவர்கள் நம்பிக்கை இழந்துபோய் வருந்தும் உணர்வு, தன்னை மீறிய சக்திகளுடன் போராடி பெரிய இழப்புகளைச் சந்திக்கிற, கடலை ஒட்டி வாழ்கிற மீனவர்களின் வாழ்க்கைச் சூழலைப் பின்னணியாகக் கொண்டு சொல்லப்படுகிறது. மருதத்திணையில் பிரிந்தவர்கள் மீண்டும் ஒன்று சேரும்போது, பிரிந்த மகிழ்ச்சியையும் மீறி ஒருவர்மீது ஒருவர் பொய்க்கோபம் கொள்ளும் உணர்ச்சி, நெடுநாள் பாடுபட்டதற்கான பலனை ஒட்டுமொத்தமாக அறுவடை செய்து குதூகலிக்கும், வயலை ஒட்டி வாழ்கிற விவசாயிகளின் வாழ்க்கையைப் பின்னணியாகக் கொண்டு சொல்லப்படுகிறது. இப்படி உள்ளுணர்வுகளின் உண்மையான தன்மையைப் புரிந்துகொண்டு, எந்தெந்தச் சூழலில் இந்த உணர்வு களைச் சொல்ல வேண்டுமென்று வகைவகையாகப் பிரித்து வைத்திருக்கிறார்கள். இது உலக இலக்கியங்களிலேயே தமிழில்தான் இலக்கணம் எழுதி வகைப்படுத்தும் அளவுக்குச் செம்மைப்பட்டி ருக்கிறது.

ஒப்புமைக்கு ஓர் எடுத்துக்காட்டு

முழுதாக இல்லாவிட்டாலும் கவித்தொகையின் சில பாடல் களிலே இந்த வரைமுறைகள் ஓரளவு பின்பற்றப்படுவதைப் பார்க்க முடிகிறது. இது இலக்கணம் பற்றிய ஒற்றுமை இல்லை. இந்தந்த உணர்வுகளை, இந்தந்தச் சூழலில் சொன்னால் சிறப்பாக வெளிப்படும் என்கிற கவிமனத்தின் ஒற்றுமை. இதற்கு, மொழி, காலம் போன்ற மாற்றங்கள் பெரிய தடையாக இருக்காது.

ஓர் எடுத்துக்காட்டைப் பார்ப்போம். சங்க காலத்து அகப் பாடல்களிலே பிரிந்த காதலர்கள் மீண்டும் சேர்ந்துவிடுவோம் என்று நம்பிக்கையுடன் காத்திருக்கிற உணர்வுக்கு, அன்றாட வாழ்க்கையைப் பெரிய மாற்றங்கள் எதுவும் இல்லாமல் அமைதியாகக் கழித்தபடி, காட்டை ஒட்டி வாழ்கிற ஆயர்களின் வாழ்க்கையைப் பின்னணியாகக் கொண்ட முல்லைத்திணை இருக்கிறது என்று பார்த்தோம். முல்லைத்திணையின் கூறுகளில் ஒன்றாக, நேரம் பற்றியும் சங்க இலக்கியத்தில் வரையறை உண்டு. காத்திருக்கிற உணர்வு, மழைக்காலத்தில் சொல்லப்பட வேண்டும். அதிலும் மழைக்கால மாலை நேரமாக இருக்க வேண்டும். எழுகிற சூரியன் மறைவதுபோல் பிரிந்து சென்றவர் திரும்பத்தானே வேண்டும்? காட்டுக்கோழிகள், மான், முயல் போன்றவை உலவிக்கொண்டிருக்க வேண்டும். தனித்தனியாக இரை தேடினாலும் தொழுவத்திலும் கூட்டிலும் விலங்குகளும் பறவைகளும் மாலையில் இணை சேர்ந்து தானே இருக்கும்? இடையர்கள், ஆயர், ஆய்ச்சியர் போன்றவர்களின் வாழ்க்கை வெளிப்பட வேண்டும். ஆடு மாடு மேய்த்தல், குழல் ஊதுதல் போன்ற வேலைகளை அவர்கள் செய்வதாக இருக்க வேண்டும் என்றெல்லாம் நமது இலக்கணம் சொல்கிறது. முல்லைத்திணையின் கருப்பொருள்கள் எனப்படும் இவை அனைத்தும் முல்லைத்திணைப் பாடல்கள் எல்லாவற்றிலும் இடம்பெற வேண்டும் என்பது கட்டாயமில்லை.

முதலில், முல்லைத்திணையைச் சேர்ந்த ஒரு சங்கப் பாடலைப் பார்ப்போம். நற்றிணையிலே *69*ஆவது பாடலாக வரும் சேகம்பூதனாரின் ‘பல் கதிர் மண்டிலம் பகல் செய்து ஆற்றி, சேய் உயர் பெரு வரைச் சென்று அவண் மறைய...’ என்று துவங்கும் பாடலில் முல்லைத் திணையின் பல கருப்பொருள்கள் வருகின்றன. வேலை காரணமாகப் பிரிந்து சென்ற கணவன் வந்துவிடுவான் என்று தலைவி காத்திருக் கிறாள். பகலைச் செய்து முடித்த சூரியன் மலையின் பின்னால் மறைகிறது. பறவைகள் கூடுகளுக்குத் திரும்புகின்றன. காட்டில் ஆண் மான், பெண் மானைத் தழுவுகிறது. காடெங்கும் பூக்கள் மலர்ந்திருக்கின்றன. மாடுகளின் கழுத்திலுள்ள மணியின் ஓசையும் அவற்றைத் தொழுவத்துக்குக் கூட்டிவரும் ஆயனின் குழலும் சேர்ந்து ஒலிக்கின்றன. வேலைக்காகச் சென்ற கணவன் இருக்கும் நாட்டிலும் இரக்கமில்லாத மாலை நேரக் காட்சி இப்படியே இருந்தால், வேலையே கதியென்று இல்லாமல், அவனுக்கும் என் நினைவு வந்து, அவன் திரும்பி வந்துவிடுவான் என்கிறது இந்தப் பாடல்.

இப்போது, ஒரு கவித்தொகையில் நாட்டுப்பாடல் பகுதியில் உள்ள *66*ஆவது பாடலைப் பார்க்கலாம்.

தலைவன் சென்றான் பணியின் நிமித்தம்
திரும்பும் காலம் தெரியவும் இல்லை
எப்போ வருவானோ ?

கோழிகள் கூடருகே அமர்ந்திருக்கின்றன
பொழுதும் அந்தியாய்ச் சாய்ந்திருக்கின்றது
ஆடும் மாடும் இறங்குகின்றன
தலைவன் சென்றான் பணியின் நிமித்தம்
நினைவே வராது இருப்பது சாத்தியம் தானா ?

தலைவன் சென்றான் பணியின் நிமித்தம்
நாட்கள் இல்லை; மாதங்கள் இல்லை
மீண்டும் அவனைச் சந்திப்பதென்றோ ?

கோழிகள் கூட்டுக்குள் அடைந்திருக்கின்றன
பொழுதும் அந்தியாய்ச் சாய்ந்திருக்கின்றது
ஆடும் மாடும் தொழுவம் அடைந்தன
தலைவன் சென்றான் பணியின் நிமித்தம்
பசியும் தாகமும் வாட்டாதிருக்கட்டும்.

இந்தப் பாடலில் உள்ள உணர்வுகளும் சூழல்களும் நமக்குப் பரிச்சயமாக இருப்பதைக் கவனிக்க முடியும். ஒரு கிராமம். அந்தி மாலை. வேலை விஷயமாகக் கிளம்பிச் சென்ற கணவன் பல நாட்களாகியும் திரும்பவில்லை. அவன் வருகைக்குக் காத்திருக்கிறாள் மனைவி. காடும் காடுசார்ந்த பகுதியுமான இடம். ஆடுமாடுகள் மேய்ந்துவிட்டுத் தொழுவத்தில் சேர்கின்றன. கோழிகள் திரிந்துவிட்டுக் கூடு தேடி வருகின்றன. அவனைப் பற்றி அவளுக்கு நம்பிக்கை இருக் கிறது. உயிருக்கு ஆபத்து ஏதும் இருக்காது. அதிக வேலை காரண

மாகத்தான் இன்றைக்கும் திரும்பி வர முடியாமல் போயிருக்க வேண்டும். வந்து விடுவான். வேலை, வேலை என்று உண்ணாமல் உறங்காமல் இருக்கிறானோ என்னவோ. பசியும் தாகமும் அவனை வாட்டாமல் இருக்க வேண்டும்.

இந்தப் பாடலின் உணர்வுகளும் சூழலும் எல்லாச் சமூகத்திற்குமே ஓரளவு பரிச்சயமாகத்தான் இருக்கும். ஆனால் நமக்கு இந்தப் பாடலின் சிறப்பு கூடுதலாக இருக்கிறது. ஏதோவொரு நாட்டில், ஏதோவொரு மொழியில், ஆயிரக்கணக்கான ஆண்டுகளுக்கு முன்னால் எழுதப்பட்ட இந்தப் பாடலில், சங்க இலக்கியத்தில் சொல்லியபடி, இப்படிப்பட்ட உணர்வுகள் இப்படிப்பட்ட சூழலிலே சொல்லப்பட்டால் சிறப்பாக இருக்கும் என்கிற வரையறை ஒரு கவியுணர்வின் அடிப்படையில் பின்பற்றப்பட்டிருக்கிறது. முல்லைத் திணையில் சொல்லப்பட்ட காடும் காடுசார்ந்த இடமும் கவித்தொகையின் இந்தப் பாடலிலும் இருக்கின்றன. கால்நடைகளும் தொழுவத்திற்கு வரும் ஆயர் வாழ்க்கை சொல்லப்படுகிறது. கோழிகள் கூடடைவதும் சொல்லப்படுகிறது, பசியும் தாகமும் வாட்டாதிருக்க வேண்டுமே என்னும் கரிசனத்துடன் அவன் வந்துவிடுவான் என்னும் நம்பிக்கையுடன் அவள் காத்திருக்கிற உணர்வு, முல்லைத்திணையில் சொல்லியதுபோல், மாலை நேரத்தில் சொல்லப்படுகிறது.

இப்படிப்பட்ட நேரடி ஒப்புமை அதிகம் இல்லாவிட்டாலும் கவித்தொகையின் பல பாடல்களில் சங்க இலக்கியத்தின் கூறுகள் இருப்பதைப் பார்க்க முடிகிறது. இது கவித்தொகையை நாம் அறிமுகப்படுத்திக்கொள்ள உதவியாக இருக்கிறது.

பகுதி 1
தேர்ந்தெடுத்த பாடல்களின் மொழிபெயர்ப்பு

1.1 நாட்டுப் பாடல்கள்
(国风 Guo Feng)

நனவிலும் கனவிலும்

| 关雎 | '*குவான்!*' எனக் கூவும் பறவைகள் |

关关雎鸠	'*குவான்! குவான்!*' – கூவும் பறவைகள்[1]
在河之洲	ஆற்றின் மத்தியில் மணல் திட்டினிலே.
窈窕淑女	அவளோ அடக்கமும் அழகும் அமைந்தவள்
君子好逑	அவனுக்குத் துணையாய் ஆகிடச் சிறந்தவள்

参差荇菜	நீண்டும் தாழ்ந்தும் நீரில் மலர்கள்[2]
左右流之	இடமும் வலமும் அளைந்திடுவோமே
窈窕淑女	அவளோ அடக்கமும் அழகும் அமைந்தவள்
寤寐求之	நனவிலும் கனவிலும் மனதினில் அவளே

求之不得	மனதில் விருப்பம் நிஜத்தில் விலக்கம்
寤寐思服	நனவிலும் கனவிலும் அவளது நினைவுகள்
悠哉悠哉	நெடுகின கணங்கள் நெடுகின கணங்கள்
辗转反侧	மறுபடி மறுபடி புரண்டுருண்டிருந்தான்

参差荇菜	நீண்டும் தாழ்ந்தும் நீரில் மலர்கள்
左右采之	இடமும் வலமும் கொய்திடுவோமே
窈窕淑女	அவளோ அடக்கமும் அழகும் அமைந்தவள்
琴瑟友之	*ட்ச்சின் – ஸ* கருவிகள் சேர்ந்து இசைக்கும்[3]

参差荇菜	நீண்டும் தாழ்ந்தும் நீரில் மலர்கள்
左右芼之	இடமும் வலமும் பறித்திடுவோமே
窈窕淑女	அவளோ அடக்கமும் அழகும் அமைந்தவள்
钟鼓乐之	மணியொலி மேளமும் களிக்க ஒலிக்கும்

குறிப்புகள்:

1. *குவான்* – மூலத்தில் உள்ள ஒலிக்குறிப்பு. இந்த ஒலி, மூலத்தில் குறிப்பிடப்படும் ராஜாளி – *Pandian haliaetus* – இணைகளுடன் சேரும்போது எழுப்பும் சிறப்பொலி. இந்த நூல் முழுதும், மூலத்தில் தரப்பட்டுள்ள ஒலிக்குறிப்புகளே பயன்படுத்தப்பட்டுள்ளன.
2. *Nymphoides peltatum.* மஞ்சள் மலர்களைக் கொண்ட தண்ணீரில் வளரும் செடி. இதன் இலைகள், அல்லி, தாமரை இலைகளைப் போல் இருக்கும். *Water Fringe, Yellow Floating-Heart* என்றும் சொல்லப்படும்.
3. *ட்ச்சின்:* ஏழு தந்திகள் கொண்ட மீட்டிசைக்கருவி; *ஸ:* இருபத்தைந்து தந்திகள் கொண்ட மீட்டிசைக்கருவி

அவள், அவன் இருவரைப் பற்றியும் அவர்களது காதலைப் பற்றியும், ஆற்றங்கரையில் பறவைகள் கொஞ்சுவதையும் கீரை பறிக்கும் பெண்களையும் கிராமத்தில் கேட்கும் இன்னிசைகளையும் சொல்கிறது இந்தப் பாடல்.

அவள் யார்? அவன் யார்? நமக்குத் தெரியாது. அவர்களது உணர்வுகளைப் புரிந்துகொள்ள, அது தெரிய வேண்டியது இல்லை. மனத்திலும் உறுதியாகத் தோன்றிவிடுகிறது, அவளே, அவனே என்று. உறக்கத்திலும் விழிப்பிலும் நினைவுகள் வாட்டுகின்றன. நேரம் நீண்டுகொண்டேபோகிறது. படுக்கையில் புரண்டும் உறக்கம் என்பதேயில்லை. கைநழுவிப் போகுமோ?

இந்தப் பாடலில் பின்னும் சரங்களின் தொடர்பும் அது முறுக்கலாகத் தெரியாத அழகும் எளிதில் கைகூடும் காரியமில்லை. ஒரு சரமாக, ராஜாளிகளின் காதல் கூவலில் தொடங்குகிறது பாடல். இன்னொரு சரமாக, இவர்கள் இருவரும் குறிக்கப் படுகிறார்கள். அவள் அடக்கமும் அழகும் கொண்டவள். இவனுக்கு உகந்தவள். பொருத்தத்தில் குறையில்லை. நல்லிணைதான் இருவரும். அவளை நினைக்கிறான்; அடைய முடியவில்லை. அடைய முடியாததால், நினைவு பலப்படுகிறது. உறக்கம் பிடிக்கவில்லை. நேரம் நீள்கிறது. அவள் சொல்லப்படுவதில்லை. ஆனால் நமக்குப் புரிகிறது. பிறிதொரு சரமாக, ஆற்றுநீரில் கீரை பறித்துக்கொண்டி ருக்கிறார்கள் பெண்கள். கீரைகள் இடமும் வலமுமாக இருக்கின்றன. நெடிந்தும் தாழ்ந்தும் இருக்கின்றன. இன்னுமொரு சரமாக இன்னிசை கள். தந்திக்கருவிகளின் இசை கேட்கிறது. பின்பு மேளங்களும் மணிகளும் ஒலிக்கின்றன.

இந்தச் சரங்களெல்லாம் ஒன்றுடன் ஒன்று எப்படிப் பிணைகின்றன? ராஜாளிகளின் கூவல், ஒலியல்ல. இரண்டுமே ஒன்றேபோல். *'குவான்!'* என்ற ஒலிக்குறிப்பு, சீன மொழியில் சாதாரணமாகப் பறவைகளின் ஒலியைக் குறிக்கும் *'ச்சீ, ச்சீ, ச்சா, ச்சா'* என்னும் ஒலிக்குறிப்பல்ல. காதலின், கூடல் காலங்களில் கேட்கும் ஒலிக்குறிப்பு. பாடலில் பின்பு ராஜாளிகளைப் பற்றிச் சொல்வதேயில்லை. ஆனால் அந்த ஆற்றங்கரையிலேயே பாடல் தொடர்கிறது. ராஜாளிகளின் காதலொலி

எழுதப்படாமலேயே தொடர்கிறது. பாடலின் முதல் வரி, பாடல் முழுவதையும் இழுத்து இணைக்கும் சரமாக அமைய வேண்டும் என்னும் அழகுணர்வும் கவியுணர்வும் சார்ந்த சீன இலக்கியக்கோட்பாட்டுக்கு இந்தப் பாடலை எடுத்துக்காட்டாகச் சொல்வார்கள். இன்னொரு சரமான கீரை பறிக்கும் பெண்களுக்கும் காதலருக்கும் என்ன தொடர்பு? ஆற்றங்கரைச் சேற்று நீரில் கீரையை அளைந்து வளைத்து எடுத்துப் பறிக்கும் பெண்களுக்குத் தெரியும் அது பூக்கொய்வதைப் போல் சுலபமானதில்லை என்பது. நீண்டும் தாழ்ந்தும்தான் இருக்கும்; இடமும் வலமும்தான் கிடக்கும்; நழுவி நழுவித்தான் போகும். ஆனால் வேண்டியதை விட்டுவிட முடியுமா? பிறிதொரு சரமான இன்னிசையில் முதலில் கேட்பது தந்திகளின் மீட்டல்கள். *ட்ச்சின்*, *ஸ* என்னும் இசைக்கருவிகள் குறிப்பிடப்படுகின்றன. *ட்ச்சின்*–இன் இசை சற்றே எழும்பலாக நீண்டு நின்று ஒலிப்பது. *ஸ*–வின் இசை நீரில் சிற்றலை புரள்வதைப் போன்ற மென்மை கொண்டது. இவை இரண்டையும் சேர்த்து வாசிக்கும்போது முழுமையான, நெஞ்சின் ஆழத்தைத் தொடும் இசையனுபவம் கிடைப்பதால், இவற்றைச் சேர்த்து வாசிப்பதே வழக்கம். பின்பு மணிகள் ஒலிக்கின்றன. மேளங்கள் இசைக்கின்றன. இவை ஊர்கூடி விழா எடுப்பது போன்ற சூழலில் வாசிக்கப்படுபவை. திருமணங்களின்போது, நிச்சயம் கேட்கும் ஒலிகள் இவை. இச்சரங்களுக்கு இடையே, மாறாமல் சொல்லப்படுபவை எவை? அவர்களது குணங்களும் அவர்களது காதலும்.

நிதானமாக, மெள்ள! மெள்ள!

野有死麕　　வனத்திலிருக்கிறது இறந்த நீர்மான்

野有死麕　வனத்திலிருக்கிறது இறந்த நீர்மான்
白茅包之　வெள்ளைக் கோரையால் சுற்றப்பட்டு[1]
有女怀春　வசந்த நினைவில் அவளிருக்கிறாள்
吉士诱之　வசப்படுத்த அவனிருக்கிறான்

林有朴樕　காட்டிலிருக்கின்றன சிந்தூரப்புதர்கள்
野有死鹿　வனத்திலிருக்கிறது இறந்த கலைமான்
白茅纯束　வெள்ளைக் கோரையால் கட்டப்பட்டு.
有女如玉　மரகதம்போல் அவளிருக்கிறாள்[2]

舒而脱脱兮　நிதானமாக, மேலும் மெள்ள! மெள்ளவே!
无感我帨兮　எனது இடுப்புத் துணியைத் தொடாதே![3]
无使尨也吠　எனது நாயையும் குரைக்கவிடக் கூடாது!

குறிப்புகள்:

1. பழங்காலத்தில், மான் தோல் ஒரு வெகுமதியாகக் கருதப்பட்டது. வெகுமதிகள் தரும்போதும் வேண்டுதலுக்குப் படைக்கும்போதும் வெள்ளைக் கோரையில் சுற்றித் தருதல் பழங்காலச் சீன வழக்கம்.
2. மரகதம் தூய்மை, நன்மை போன்ற பண்புகளைக் குறிக்கும்.
3. இடுப்பில் சுற்றப்படும் துணியால் ஆன பட்டை. பல மணிகளும் வளையங்களும் கோக்கப்பட்டிருக்கும்.

வசந்த நினைவு என்பது கிளையிலாடும் மலரைப் போன்றது. முன்னும் பின்னும் போவது. ஆனால் பெண்டுலம்போல், காதலை மையமாகக்கொண்ட இயக்கம் இது. இரண்டும் எதிரெதிரான இயக்கங்கள் அல்ல என்பது கிளைக்கும் மலருக்கும் தென்றலுக்கும் தெரியும். மான்களை வேட்டையாடி வெள்ளைக் கோரையால் சுற்றிப் பரிசாகத் தரும் அவனுக்கும் தெரியும். எனது காட்டுநாயைக் குரைக்கவிடாதே என்கிற அவளுக்கும் தெரியும்.

இந்தப் பாடலின் மிகச் சிக்கனமான வரிகளும் தீற்றலான விவரணைகளும் சொல்லாத வெளியைச் சுட்டுகின்றன. பெரிய காட்டிலிருக்கும் சிறிய மானைச் சுட்டிக்காட்டும்போது காடும் அடர்த்தியும் பசுமையும் நினைவில் ஆடுகின்றன. கையிறுக்கமாக ஒற்றை வரியில் அவனையும் இரண்டே வரிகளில் அவளையும் சொல்லிச் சடாரென அவளது எச்சரிக்கையான, கண்டிப்பதுபோல் வழிகாட்டும், வேகமான உரையாடலுக்கு நகர்ந்து மேலேறுகிறது பாடல்.

கடைசி வரியில், 'குரைக்க விடாதே!' என்று முடியாமல், 'குரைக்க விடக் கூடாது!' என்று வருமாறு, விளிக்கான ஒலிச்சொல் தவிர்க்கப்பட்டுள்ளது.

அலசாத அழுக்குத் துணியாய் மனம்

| 柏舟 | தேவதாருப் படகு |

泛彼柏舟　　நீரில் மிதக்கும் தேவதாருப் படகு[1]
亦泛其流　　நீரில் மிதந்தே செல்கிறது அது.
耿耿不寐　　உறக்கமின்றி உழலுகிறேன்
如有隐忧　　மனதில் துக்கம் கலங்குகிறேன்
微我无酒　　குடிக்க மதுவே இல்லை என்றா
以敖以游　　களிக்காதிங்குப் புலம்புகிறேன்?

我心匪鉴　　கண்ணாடியில்லையே எனது மனம்,
不可以茹　　காண்பதையெல்லாம் செரித்துவிட?
亦有兄弟　　அண்ணன் தம்பி உண்டெனக்கு –
不可以据　　அவரை நம்பி வாழ்ந்திடவா?
薄言往诉　　தேடிச் சென்று சொல்லிடலாம் –
逢彼之怒　　திட்டிச் சினந்தால் என்செய்ய?

我心匪石　　கல்லொன்றுமில்லையே எனது மனம்,
不可转也　　கையால் எடுத்து உருட்டிவிட?
我心匪席　　பாயொன்றுமில்லையே எனது மனம்,
不可卷也　　யாரேனும் எடுத்துச் சுருட்டிவிட?
威仪棣棣　　பண்பு சிறந்திட வாழ்கின்றேன்
不可选也　　எண்ணிப் பார்த்திட வேண்டாமா?

忧心悄悄　　பதைக்கும் மனதில் துக்கக் கலக்கம்
愠于群小　　சிறுமதியோரின் எரிச்சல் துரத்தும்
觏闵既多　　பார்க்கும் துக்கம் அதிகம் உண்டு
受侮不少　　அவமானங்களுக்குக் குறைவே இல்லை.
静言思之　　ஆழ்சிந்தனையில் படுத்துக்கிடப்பேன்
寤辟有摽　　'பியாவ்'–என நெஞ்சில் அடித்துக்கொள்வேன்

日居月诸　　கதிர்கள் சாய்ந்து நிலவெழுந்தாலும்
胡迭而微　　தேய்ந்த அவைதாம் திரும்பி வராதோ?
心之忧矣　　எந்தன் மனதில் சோகம் தோன்றும்
如匪浣衣　　அலசா அழுக்குத் துணியாய் ஆகும்.
静言思之　　எனக்குள் இதையே சிந்தித்திருக்கிறேன்
不能奋飞　　எழும்பிப் பறந்திட இயலாதிருக்கிறேன்.

குறிப்புகள்:
1. தேவதாரு மரம் குளிர்காலத்திலும் இலையுதிராதது. திடமானது.

படகொன்று மிதந்துகொண்டிருக்கிறது; நீரின் போக்கில் அது மிதப்பது மூலம்தான் அது செல்வதாக எண்ண வேண்டியிருக்கிறது எனத் தொடங்குகிறது பாடல். இந்த இரண்டு வரிகளுக்குப் பிறகு, படகு பற்றிய குறிப்பு காணப்படவில்லை.

அவளது உளைச்சல்கள் நினைவு போனபோக்கில் போகின்றன. கோபமும் வெறுப்பும் சலிப்பும் துக்கமும் அழுகையும் நிராசையும் அலைக்கழிக்கின்றன. மோதும் உணர்வுகளினூடே சடக்கென எழுந்து மார்பில் அடித்துக்கொள்கிறாள். துணியின் மீது அழுக்கிருக்கிறது. அதை யாராவது அலசினால் நல்லது. அழுத்தும் அழுக்கிலிருந்து விடுபடலாம். கண்டதையெல்லாம் உள்வாங்கிச் செரிக்கும் கண்ணாடியாய், உருட்டிவிடும் இடத்தில் போய்விழும் கல்லாய், சுருட்டிவைத்த இடத்தில் கிடக்கும் பாயாய் இருக்கும் வாழ்வில் அவளுக்கு உடன்பாடில்லை. நினைத்தபோது எழுந்து பறந்துவிட முடிகிறதா? ஆனால் என்ன? பறந்துவிட முடியாது என்பதற்காக நினைக்காதிருக்க முடிகிறதா?

வருகை தருவதாய் ஒப்பிய தோற்றம்

终风	**காற்று**
终风且暴	நாள் முழுதும் காற்றும் குமுறலும்.
顾我则笑	என்னைப் பார்த்துக் குறுநகை புரிகிறான்
谑浪笑敖	வரம்புகளின்றிப் பரிகசித்துத் திரிகிறான்
中心是悼	எந்தன் மனதிலோ துக்கம் உழற்றும்.
终风且霾	நாள் முழுதும் காற்றும் மூட்டமும்
惠然肯来	வருகை தருவதாய் ஒப்பிய தோற்றம்
莫往莫来	விலகவுமில்லை அணுகவுமில்லை
悠悠我思	வெகுநேரமாய் நான் நினைத்திருந்தேன்.
终风且曀	நாள் முழுதும் காற்றும் இருளும்
不日有曀	பொழுது கழியுமுன் இருள் சூழ்கிறது
寤言不寐	விழித்துக் கிடக்கிறேன் உறக்கமேயில்லை
愿言则嚏	நினைத்துக்கொள்கிறேன் தும்மல் தொடரும்.[1]
曀曀其阴	சூழ்மந்தாரம் இருண்டிருக்கிறது
虺虺其靁	*'ஹுய்!', 'ஹுய்!'* என இடி கேட்கிறது
寤言不寐	விழித்துக் கிடக்கிறேன் உறக்கமேயில்லை
愿言则怀	நினைத்துக்கொள்கிறேன் துயரம் அடரும்.

குறிப்புகள்:

1. தும்மல் வருவதென்பது நம்மை யாரோ நினைக்கிறார்கள் என்பதற்கான அறிகுறி என்னும் நம்பிக்கை இன்றும் சீனாவில் உள்ளது.

குழப்பத்தில் கோபமும் ஆசையும் எரிச்சலும் துயரமும் சுழன்று வீசும் காற்று போலவும், *'ஹுய்!', 'ஹுய்!'* என்று குமுறும் இடிமழை போலவும் அண்டுகின்றன. நாள் முழுவதும் இப்படியே. இரவுகளிலும் ஓயவில்லை. வானம் தெளியாதா?

இதை வைத்து, இன்னொரு கேள்வி – அவன் என்ன நினைத்துக் கொண்டிருக்கிறான், என்னிடம் கேலி பேசுகிறானா, அல்லது பரிகசிக்கிறானா, இவன் யார் வரம்பு மீறி என்னிடம் நகையாட, குமுறும் மனத்துடன் அவனைப் பார்த்தபோது வருகை தர ஒப்புக்கொண்டது போல்தான் இருந்தது. அப்படித்தானா, அப்படியானால் ஏன் இன்னும் நெருங்கிவரவில்லை, அவன் வருவேன் என்று சொன்னானா, இல்லையே, அவன் வரமாட்டான். ஆனால், அப்படியே இருக்குமென்றாலும் ஏன் இன்னும் விலகவும் இல்லை? தோற்றத்தைப் புரிந்துகொள்வது என் பாடு. அவனுக்கென்ன? எங்கோ இருக்கிறான். ஆயினும் நான் அவனை நினைப்பதால் அவனுக்குத் தும்மல் வரும். நான் நினைக்கிறேன் என்றாவது என்னை நினைப்பானா? துயரம் அடர்கிறது, பொழுது சாயும் முன்பே இருள் சூழ்கிறது ஏன்? ஆனாலும் இரவெல்லாம் தூக்கம் இல்லாமல் விழித்துக்கொண்டிருக்கிறேன் ஏன்?

பாடல் முழுவதிலும் காற்றின் வேகமும் திருப்பமும் கருமேக அடர்த்தியும் குழப்பமும் காணக் கிடைக்கின்றன.

கடந்ததை நினைந்திட இயலாதவனே!

谷风　　　　பள்ளத்தாக்கின் காற்று

习习谷风　　'ஸா!' 'ஸா!' காற்று பள்ளத்தாக்கில்[1]
以阴以雨　　மூட்டம் கொணரும்; மழையும் கொணரும்.
黾勉同心　　மனம் ஒன்றி என்றும் வாழத்தான் ஆசை
不宜有怒　　சினம்கொண்டுவிட்டால் முடியாது போகும்.

采葑采菲　　சிவப்பு முள்ளங்கியும் வெள்ளை முள்ளங்கியும்
无以下体　　தரைகீழ் விளைவதால் அழுக்கென விடுவதா?
德音莫违　　குணத்தில் குறையேதும் இல்லாது வாழ்கிறேன்
及尔同死　　இறக்கும் வரைக்கும் பிரியாது இருக்கிறேன்.

行道迟迟　　நடையோ வழியே தயங்கித் தயங்கி;
中心有违　　நெஞ்சோ இணங்க மறுத்துச் சுணங்கி.
不远伊迩　　தொலைவா, இல்லை; அருகே தானே—
薄送我畿　　கதவே போதுமென்று அனுப்பி விட்டாயே?

谁谓荼苦　　கள்ளிச் செடிகள் கசக்குமா என்ன?
其甘如荠　　இடையன்பைச் செடிபோல் இனிப்பாய் இருக்கும்[2]
宴尔新昏　　புதுவீட்டாருடன் மகிழ்ந்து கிடக்கிறாய்,
如兄如弟　　அண்ணனுடன் போல், தம்பியுடன் போல்.

泾以渭浊　　'வெய் நதி கலங்கல் சிங் நதியால் துலங்கும்
湜湜其沚　　நதிப்படுகையிலோ துல்லியமே நிலவும்'[3]
宴尔新昏　　புதுமனைவியுடன் களித்துக் கிடக்கிறாய்
不我屑以　　துரும்பென என்னை ஒதுக்கிக் கிடக்கிறாய்

毋逝我梁　　எந்தன் மீன்பிடித் துறைக்கு வராதே
毋发我笱　　என் மீன் கூடைகள் எதையும் தொடாதே –
我躬不阅　　எனக்கொரு ஆளாய் மதிப்பேதுமில்லை
遑恤我后　　எனக்குப் பின் ஆவதைத் துக்கித்து என்ன?

就其深矣　　ஆழம் அதிகம் இருந்த இடங்களைத்
方之舟之　　தோணியில் கடந்தேன்; படகில் கடந்தேன்
就其浅矣　　ஆழம் குறைந்த இடங்களையெல்லாம்
泳之游之　　நீந்திக் கடந்தேன்; உழன்று கடந்தேன்.

何有何亡　　இருந்தவற்றை, இல்லாதவற்றை
黾勉求之　　இயன்றவரைக்கும் தேடிச்சேர்த்தேன்
凡民有丧　　இழப்புகள் ஏதும் ஏற்படுமாயின்
匍匐救之　　தவழ்ந்து சென்றேனும் உதவிகள் செய்தேன்.

不我能慉	எந்தன் அருமையைப் புறக்கணிக்கின்றாய்
反以我为雠	மாறாய் பகையென எனைநீ கணித்திருக்கின்றாய்
既阻我德	கொள்வாரில்லாக் கடைவிரி பொருளாய்
贾用不售	என்நற் குணங்களை இழித்திருக்கின்றாய்
昔育恐育鞫	முன்பு பயமும் வறுமையும் சூழ்ந்த நாட்களில்
及尔颠覆	உடன்பிரியாமல் உன்னுடனிருந்தேன்
既生既育	உந்தன் வாழ்வில் வளங்கள் சேரவும்
比予于毒	உனக்கு நஞ்சென ஆகிப் போனேன்
我有旨蓄	கூதிர் காலப் பயனுக்கென்று
亦以御冬	பொருளைக் காத்துப் பதமாய்வைத்தேன்
宴尔新昏	புதுமனைவியுடன் களித்துக் கிடக்கிறாய்
以我御穷	வறுமைக் காப்பாய் ஆகிப் போனேன்
有洸有溃	சீறியதுண்டு நீ; பாய்ந்திருக்கின்றாய்
既诒我肄	சிரம வேலைகள் தந்திருக்கின்றாய்
不念昔者	கடந்ததை நினைந்திட இயலாதவனே
伊余来塈	நிலவிய காதலே நினைவில் இல்லையா ?

குறிப்புகள்:

1. *இன்றும் காற்றின் ஒலியைக் குறிக்க 'ஸா ஸா' என்னும் ஒலிக்குறிப்பு சீனாவில் பயன்படுத்தப்படுகிறது*
2. Capsella bursa pastoris
3. *வெய் நதி, சிங் நதி: ஷான்ஸ்ஷி மாநிலத்தில் உள்ள இரண்டு நதி களின் பெயர்கள். இவை இரண்டும் சங்கமிக்கும் சிறிது தூரம்வரை இரண்டு நதிகளின் நீரோட்டங்களும் பக்கம்பக்கமாக ஓடுகின்றன. அப்போது வண்டல் மண்ணைக் கொண்டுவரும் வெய் நதியின் தண்ணீர், சிங் நதித் தண்ணீருடன் ஒப்பிடும்போது சற்றே கலங்கலாகத் தெரிகிறது.*

வாசல்வரை மட்டும் வந்து வழியனுப்பிவிட்டான் அவன். *'ஸா!', 'ஸா!'* என வீசும் பள்ளத்தாக்கின் மழைக்காற்றில், அவள் தனியே நடந்துகொண்டிருக்கிறாள். பாடலின் ஒவ்வொரு வரியிலும், சுற்றிச் சுழன்று வெளியேறத் திணரும் பள்ளத்தாக்கின் காற்றின் வேகமும் திருப்பமும் தெரிகிறது. அவளை அனுப்பிவிட்டுப் புது மனைவியுடன் அவன் களித்திருக்கிறான். இவளோ, அவனை முன்னிறுத்தித் தன் காதலைச் சொல்கிறாள்; செம்மையைச் சொல்கிறாள்; கடந்ததைச் சொல்கிறாள்.

அழுக்கு, கலங்கல் போன்ற விஷயங்களைப் பற்றிக் கேள்விகள் கேட்கிறாள். மண்ணில் இருப்பதால் கிழங்கு அழுக்காகுமா? வண்டல்மண் கொண்டு வளம் சேர்க்கும் நதி நீரின் அழகு, தெளிந்த தன்மையைப் பொறுத்ததா? தோற்றம் மட்டுமா அழகு? குணங்கள் அழகில்லையா? செயல்கள் அழகில்லையா?

இத்தனைக்கு நடுவிலும், 'கடந்ததை நினைந்திட இயலாதவ'னிடம் அவள் கேட்கும் கேள்விகளில், புதுமனைவியாக வந்துள்ள பெண்ணைப் பற்றி ஒரு வரிகூட குற்றஞ்சாட்டிப் பேசாததும் கவனிக்கத்தக்கது.

நானொரு பெண் என் எண்ணமாயிரம்

载驰	விரைதல்

载驰载驱 归唁卫侯 驱马悠悠 言至于漕 大夫跋涉 我心则忧	விரைவேன், விரைவேன், விரட்டிச் செல்வேன் *வெய்* நாடு சென்று துக்கம் கேட்பேன் விரையும் குதிரையை விரட்டிச் செல்வேன் விரைவில் *ட்ஸாவ்* நகரத்தை அடைவேன் வேகமாய் என்னைப் படைகள் துரத்தும் வேதனை எந்தன் நெஞ்சை உடைக்கும்
既不我嘉 不能旋反 视尔不臧 我思不远	என்சொல் ஏற்போர் எவரும் இல்லை நான் திரும்பிடவே வழியும் இல்லை உங்கள் யோசனை சிறப்பானதில்லை எந்தன் முறையோ இயலாததில்லை
既不我嘉 不能旋济 视尔不臧 我思不閟	என்சொல் ஏற்போர் எவரும் இல்லை நதியைக் கடந்திட வழியும் இல்லை உங்கள் யோசனை சிறப்பானதில்லை எந்தன் முறையோ குறையானதில்லை
陟彼阿丘 言采其蝱 女子善怀 亦各有行 许人尤之 众穉且狂	நெடிய குன்றின் சரிவைச் சாடுவேன் நெருஞ்சிப் பூக்கள் பறித்து மீள்வேன்[1] நானொரு பெண் – என் எண்ணமாயிரம் நியாயத்தன்மையே சொல்லிலோங்கிடும் என்செயல் பழிப்பர் *ஸ்ஹூ* மக்கள் இன்னும் முதிரா மூட மக்கள்
我行其野 芃芃其麦 控于大邦 谁因谁极	ஊரில் நுழையாது வெளியே கடப்பேன் கதிரில் கோதுமை செழிப்போ செழிப்பு இப்பெருநாட்டில் வழக்கைக் கேட்பேன்[2] யாரை நம்பி, யாரிடம் செல்வேன்?
大夫君子 无我有尤 百尔所思 不如我所之	அதிகாரிகளே, பெருமன்னவரே பழிப்புக்குரியவள் நானா? இல்லை. உங்கள் யோசனை நூறானாலும் எந்தன் யுக்திக்கு ஈடாக முடியாது.

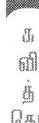

குறிப்புகள்:

1. மூலிகைத்தன்மை கொண்டதாக நம்பப்பட்டது. இங்கு, நாட்டின் நோய்தீர்த்தல் பற்றிய குறியீடாகிறது.
2. கிண்டல் தொனியில் ஸ்ஷூ நாடு பெருநாடு என்று குறிப்பிடப்படுகிறது.

கி.மு. 670களில் நடந்த சம்பவத்தைச் சுற்றிப் பின்னப்பட்டது இந்தப் பாடல். வெய் நாட்டின் இளவரசி ஸ்ஷூ நாட்டில் வாழ்க்கைப்படுகிறாள். இவளது தந்தை இறந்த சமயத்தில், வேறொரு நாடு அதன்மீது படையெடுக்கிறது. இவளது கணவனான ஸ்ஷூ நாட்டு மன்னனோ அவனது அதிகாரிகளோ வெய் நாட்டுக்கு உதவ முன்வரவில்லை. இவள் தனியே குதிரையேறிப் பயணிக்கிறாள் – துக்கம் கேட்கவும் நாட்டைக் காக்கவும். இதைத் தடுப்பதற்காக ஸ்ஷூ நாட்டு அதிகாரிகள் இவளைத் துரத்தி வருகிறார்கள். இடையேயுள்ள, இவளது சகோதரர்கள் வாழும் ட்ஸாவ் நகரையும் குறிப்பிடுகின்றாள். பயணம் தடைப்படுகிறது; ஸ்ஷூ நாட்டுக்கே திரும்பிக் கொண்டுவரப்படுகிறாள். அச்சூழலில் வரும் வேதனையும் கோபமும் ஆற்றாமையும் இந்தப் பாடலில் வெளிப்படுகின்றன.

நாட்டுப்பாடல்கள் வகையைச் சேர்ந்த பாடல்கள் பெரும்பாலும் பாடுபவரின் அடையாளத்தைக் காட்டுவதில்லை. ஆனால் ஒருசில பாடல்கள் இதிலிருந்து விலகி, நிகழ்வுகளின் சூழலைக் குறிப்பிடுகின்றன; அடையாளங்களைச் சுட்டிக்காட்டுகின்றன. அப்படிப்பட்ட அரிதான பாடல்களில் இதுவும் ஒன்று.

தோல்வியின் காயங்களை ஆற்றிக்கொண்டிருக்கும் விலங்கின் வேதனையும் கோபமும் ஆற்றாமையும் புகைகின்றன பாடலில். சிந்தனையில் துணிவும் நம்பிக்கையும் கொண்டவர்கள், செயல்படுத்த இயலாதுபோகின்ற வேளையில் குமைகின்ற சூழல். ஒரு வரலாற்றுக் கட்டம், கோதுமை வயல்களிலும் மலைச்சரிவிலும் நடந்துகொண்டிருக்கிற பெண்ணின் மூலமாக முன்வைக்கப்படுகிறது. பாடலின் வேகமும் உணர்வுகளின் ஊன்றுதலும் வரலாற்றின் சிக்கலும் பின்னப்பட்டிருக்கின்றன. இவ்வரலாற்றுக் குறிப்புகளும் அடையாளங் காட்டுதலும் இல்லாதிருந்தால், சூழலை அறிந்துகொள்வதும், சொல்லப்படும் உணர்வுகளுடன் ஒன்றுவதும் கடினமாக இருந்திருக்கும்.

வாரிச் சூடினும் பார்ப்பவரில்லை

伯兮　　　　தலைவன்

伯兮朅兮　　எந்தன் தலைவன் பெரும் தீரன்
邦之桀兮　　நாட்டின் படையில் ஒரு வீரன்
伯也执殳　　எந்தன் தலைவன் வேலேந்தி
为王前驱　　மன்னர் ரதத்தின் முன் தேரில்.

自伯之东　　தலைவன் கிழக்கே போனது முதலே
首如飞蓬　　தலையும் புதரென ஆகிப்போனேன்.
岂无膏沐　　கழுநீர் இல்லா நிலையா? இல்லை,
谁适为容　　வாரிச் சூடினும் பார்ப்பவரில்லை.

其雨其雨　　மழையின் துளிக்கு ஏக்கம், ஏக்கம் –
杲杲出日　　காயக் காயக் கதிரவன் தோன்றும்.
愿言思伯　　மனதில் தலைவன் நினைவே நிலைக்கும்
甘心首疾　　இன்ப வேதனை நெஞ்சை நிறைக்கும்[1]

焉得谖草　　கொல்லைப்புறத்தில் நட்டு வைக்க
言树之背　　மறதிப்பூவை எங்கே பெறுவேன்?[2]
愿言思伯　　மனதில் தலைவன் நினைவே நிலைக்கும்
使我心痗　　வலியை மீறி இதயம் இழுக்கும்.

குறிப்புகள்:

1. மூலத்தில், இன்ப வேதனையைக் குறிக்கும் *கான் ஷ்ஸின்* என்ற பதம் பயன்படுத்தப்பட்டுள்ளது.
2. *Hemerocallis fulva. Day-lily* என்ற இம்மலர், கவலையை மறக்கச்செய்யும் சக்தி கொண்டதாக நம்பப்பட்டது.

மிக எளிமையான, நேரடியான பாடல். தொடக்கத்திலேயே அவன் தீரன் என்று சொல்லி நம்பிக்கையை வெளிப்படுத்திவிடுகிறது. அதைத் தொடர்ந்து ஓர் ஊஞ்சலின் அலைவுபோல் தலைவனுக்குக் காத்திருக்கும் தலைவியின் உணர்வு அலைதலைப் பதிவுசெய்கிறது. அரிசி கழுவிய தண்ணீரை – கழுநீரை – ஊற்றித் தேய்த்துக் கழுவி வாரிச் சூடினால் தலைமுடி அழகாகத்தான் இருக்கும். ஆனால் யாருக்காக? காய்ந்த பூமி வானத்திலிருந்து துளியாவது விழாதா என்று காத்திருக்கிறது. ஆனால் இன்னமும் வெப்பக்கதிர்களே நீளுகின்றனவே? நெஞ்சம் அவனது நினைவால் வலிகொண்டு துடிக்கிறது. ஆனால் இது இன்பமாகவும் இருக்கிறதே?

இது யாராலேயோ ?

彼黍	**தினைச் செழிப்பு**
彼黍离离	அந்தத் தினை செழித்திருக்கிறது
彼稷之苗	அந்தச் சோளம் முளைவிட்டிருக்கிறது
行迈靡靡	மெதுமெதுவே நீளும் நடை
中心摇摇	அலைபாய்ந்து கலங்கும் மனம்
知我者	எனைத் தெரிந்தவர்கள்
谓我心忧	என்மனம் வாடுகிறதோ என்பார்
不知我者	என்னைத் தெரியாதவர்கள்
谓我何求	எதை நாடுகிறேனோ என்பார்
悠悠苍天	விரிநெடும் பெருவானமே![1]
此何人哉	இது யாராலேயோ ?
彼黍离离	அந்தத் தினை செழித்திருக்கிறது
彼稷之穗	அந்தச் சோளம் கதிர்விட்டிருக்கிறது
行迈靡靡	மெதுமெதுவே நீளும் நடை
中心如醉	மயங்கிக் குழம்பியதாய் மனம்
知我者	எனைத் தெரிந்தவர்கள்
谓我心忧	என்மனம் வாடுகிறதோ என்பார்
不知我者	என்னைத் தெரியாதவர்கள்
谓我何求	எதை நாடுகிறேனோ என்பார்
悠悠苍天	விரிநெடும் பெருவானமே!
此何人哉	இது யாராலேயோ ?
彼黍离离	அந்தத் தினை செழித்திருக்கிறது
彼稷之实	அந்தச் சோளம் முற்றியிருக்கிறது
行迈靡靡	மெதுமெதுவே நீளும் நடை
中心如噎	முள்சிக்கிய தொண்டையாய் மனம்
知我者	எனைத் தெரிந்தவர்கள்
谓我心忧	என்மனம் வாடுகிறதோ என்பார்
不知我者	என்னைத் தெரியாதவர்கள்
谓我何求	எதை நாடுகிறேனோ என்பார்
悠悠苍天	விரிநெடும் பெருவானமே!
此何人哉	இது யாராலேயோ ?

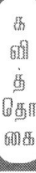

குறிப்புகள்:

1. *Tian* என்ற சொல் வானைக் குறிக்கும். *Cang* என்பது ஆழ்பச்சை வண்ணத்தைக் குறிக்கும். எனவே, *Cang Tian* என்ற பதம், நீலவானைக் குறிப்பதாகக் கொள்ளலாம். ஆயினும் இது ஆங்கிலத்தில், Heaven என்றே பெரும்பாலும் மொழிபெயர்க்கப்படுகிறது. இன்றைக்கும் சீனப் பேச்சுவழக்கில், 'அடக்கடவுளே!' என்பதற்கு இணையாக இப்பதத்தைப் பயன்படுத்துகிறார்கள். அதே நேரத்தில், 'ஓ! தெய்வமே!' என்ற வேண்டுதலாகவும் இது பயன்படுகிறது. இந்தப் பாடலில் விரிவான நீண்டகன்ற என்னும் பொருள்தரும் அடைமொழியைத் தொடர்ந்து *Cang Tian* என்னும் பதம் பயின்றுவருகிறது. எனவே இந்த வரி, 'விரிநெடும் பெருவானமே!' என்று மொழிபெயர்க்கப்பட்டுள்ளது.

மற்றவர்களுக்கும் நமக்கும் என்ன வேறுபாடு? நம்மைத் தெரிந்தவர்களுக்கும் தெரியாதவர்களுக்கும் என்ன வேறுபாடு?

சோகம் எல்லாரையும் மடியில் போட்டுக்கொள்கிறது. என்ன நடக்கிறது, யாரால் நடக்கிறது என்பது எல்லாருக்குமே தெரிந்திருப்பதில்லை. கம்பும் சோளமும் செழித்து அடர்ந்திருக்கும் கழனிகளினூடே அவள் நடந்துகொண்டிருக்கிறாள். நீளும் நடை. ஆயினும் மெல்லவேதான் நடக்கிறாள். ஏன், எதற்கு என்பதற்கெல்லாம் அப்பாற்பட்ட சோகத்தின் மடியில் அசைந்தாடி அலைபாயும் மனம், மீன் முள் சிக்கிய தொண்டையாய் இருக்கிறது.

அவளுக்கு என்னவோ நேர்கிறது. அது அவளுக்குத் தெரியும். அவளுக்கு அதற்கான பெயர் தேவையில்லை. மற்றவர்களால் மாற்றத்தைக் கவனிக்க முடிகிறது. அவர்களுக்கு, அதற்கு ஒரு பெயர் சூட்டவேண்டும். அவளைத் தெரிந்தவர்கள், ஏற்கெனவே தைத்த ஆடைபோல் அதற்குப் பெயர் சூட்டுகிறார்கள். அவளைத் தெரியாதவர்கள், அவர்களுக்குத் தெரிந்த வகைகளில் எதில் இது சேரும் என்று பார்க்கிறார்கள். அவள் இதை மட்டும் சொல்லிச் செல்கிறாள்.

அவளும் ஒரு கேள்வி கேட்கிறாள். ஆனால் அவளுக்கு அதற்கான விடையும் தெரியும். அதனால்தான் அக்கேள்வியை அவளைத் தெரிந்தவர்களிடமோ அவளைத் தெரியாதவர்களிடமோ அவள் கேட்பதில்லை. அந்தச் சோளம் முளைவிட்டு, கதிர்விட்டு முற்றுவதையெல்லாம் பார்த்துக்கொண்டு, அந்த விடை தெரிந்த கேள்வியை கேட்டு அவள் நடந்துகொண்டுதான் இருக்கிறாள்.

நாட்டுப் பாடலின் நீரோடைத்தன்மையில் ஒரு தாலாட்டு போல், ஓர் ஒப்பாரிபோல், மீண்டும் மீண்டும் பயின்றுவரும் வரிகளின் கோவையில், விவரிக்கமுடியவில்லையே என்பதையே விவரிப்பாகச் சொல்லிச்செல்கிறது இந்தப் பாடல்.

இரக்கம் இல்லாத மாலை வேளை

君子于役　　சென்றான் தலைவன் பணி நிமித்தம்

君子于役　　தலைவன் சென்றான் பணியின் நிமித்தம்
不知其期　　திரும்பும் காலம் தெரியவும் இல்லை
曷至哉　　　எப்போ வருவானோ ?

鸡栖于埘　　கோழிகள் கூடருகே அமர்ந்திருக்கின்றன
日之夕矣　　பொழுதும் அந்தியாய்ச் சாய்ந்திருக்கின்றது
羊牛下来　　ஆடும் மாடும் இறங்குகின்றன
君子于役　　தலைவன் சென்றான் பணியின் நிமித்தம்
如之何勿思　நினைவே வராது இருப்பது சாத்தியம் தானா ?

君子于役　　தலைவன் சென்றான் பணியின் நிமித்தம்
不日不月　　நாட்கள் இல்லை; மாதங்கள் இல்லை
曷其有佸　　மீண்டும் அவனைச் சந்திப்பதென்றோ ?

鸡栖于桀　　கோழிகள் கூட்டுக்குள் அடைந்திருக்கின்றன
日之夕矣　　பொழுதும் அந்தியாய்ச் சாய்ந்திருக்கின்றது
羊牛下括　　ஆடும் மாடும் தொழுவம் அடைந்தன
君子于役　　தலைவன் சென்றான் பணியின் நிமித்தம்
苟无饥渴　　பசியும் தாகமும் வாட்டாதிருக்கட்டும்.

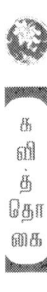

காதல், எல்லா விஷயங்களையுமே அதன் பரிமாணத்தில் நம்மைப் பார்க்க வைத்துவிடுகிறது.

சென்றவன் திரும்பிவரும் நேரம் எப்போது என்பது தெரியாது. ஆனால் இது மாலை நேரம் என்பது மட்டும் தெளிவு. அதனால்தான் அவன் திரும்பிவரும் நேரம் முக்கியமாகிறது.

இரை தேடிச் சென்ற கோழிகளும் சேவல்களும் மாலை நேரம் வந்ததும் கூட்டுக்கு வந்து ஒரு குடும்பமாய்ச் சேர்கின்றன. குன்றின் மீது மேயச் சென்ற ஆடுமாடுகளும் மாலை நேரம் வந்ததும் தொழுவத்துக்குத் திரும்பிவந்து சேர்கின்றன. அவற்றுக்கெல்லாம் யாராவது சொல்லிக்கொண்டிருக்க வேண்டுமா? பொழுது சாய்கிறது என்று தெரிந்ததும் குடும்பத்தின் நினைவு வந்து அஃறிணைகளும் அவையவற்றின் துணைகளைத் தேடித் திரும்பி வந்துவிடுகின்றன. இவன்?

வேலை நிமித்தமாகத்தான் போனான். நாள் கணக்குப்போய், மாதக் கணக்கும் ஆகிவிட்டது. வேலை முடிந்தால் வந்துவிட வேண்டியதுதானே, வேலை முடியவில்லையோ? இங்கிருந்தாலே வேலை என்று வந்துவிட்டால் பசி தூக்கம் பார்க்க மாட்டான். அங்கு யார் அவனைப் பார்த்துக்கொள்வார்கள், பசி அடங்கச் சாப்பிடுகிறானோ, தாகம் அடங்கத் தண்ணீர் கிடைக்கிறதோ தெரியவில்லையே? வேலை முடிந்தால் நிச்சயம் என்னைத் தேடி வந்துவிடுவான். நான் காத்திருப்பேன். அதுவரை பசியும் தாகமும் அவனை வாட்டாது இருக்க வேண்டும்.

இந்தப் பாடல், தமிழின் சங்க இலக்கியத்தின் முல்லைத்திணையின் கூறுகளைக் கொண்டிருக்கிறது. நற்றிணையிலே 69ஆவது பாடலாக வரும் சேகம்பூதனாரின் ‘பல் கதிர் மண்டிலம் பகல் செய்து ஆற்றி, சேய் உயர் பெரு வரைச் சென்று அவண் மறைய...’ என்று தொடங்கும் பாடலை ஒத்திருக்கிறது.

வெளியும் உள்ளும் கொள்ளும் உறவு

溱洧	***ட்சன்* நதியும் *வெய்* நதியும்**
溱与洧	*ட்சன்* நதி மற்றும் *வெய்* நதி
方涣涣兮	அகன்று அகன்று சுழித்துத் தவழ
士与女	ஆண்கள் மற்றும் பெண்கள்
方秉蕑兮	கரங்களில் மலர்களை ஏந்தித் திகழ
女曰观乎	பெண் உரைப்பாள்: காண்போமா
士曰既且	ஆண் உரைப்பான்: கண்டதுண்டே
且往观乎	ஆயினும் சென்றுக் காண்போமே
洧之外	*வெய்*யின் அக்கரை
洵吁且乐	நிஜமாய் அகன்று, உவப்பைத் தருவது
维士与女	எனவே ஆண்கள் மற்றும் பெண்களே
伊其相谑	ஒருவருக்கொருவர் நகையாடுங்கள்
赠之以勺药	மலர்க்கொத்துகளைப் பரிமாறிக் கொள்ளுங்கள்
溱与洧	*ட்சன்* நதி மற்றும் *வெய்* நதி
浏其清矣	ஆழமும் தெளிவும் கொண்டே தவழ
士与女	ஆண்கள் மற்றும் பெண்கள்
殷其盈兮	செறிந்து கூடித் திரளாய்த் திகழ
女曰观乎	பெண் உரைப்பாள்: காண்போமா
士曰既且	ஆண் உரைப்பான்: கண்டதுண்டே
且往观乎	ஆயினும் சென்றுக் காண்போமே
洧之外	*வெய்*யின் அக்கரை
洵吁且乐	நிஜமாய் அகன்று, உவப்பைத் தருவது
维士与女	எனவே ஆண்கள் மற்றும் பெண்களே
伊其将谑	பிறரை அழைத்து நகையாடுங்கள்
赠之以勺药	மலர்க்கொத்துகளைப் பரிமாறிக் கொள்ளுங்கள்

குறிப்புகள்:
1. மூலத்தில், பியோனி மலர் (Paeonia lactiflora) குறிப்பிடப்படுகிறது.

ஆற்றிலே புதுவெள்ளம். கரையெங்கும் நீர்த்திவலைகளால் புகைமூட்டம். ஆற்றின் ஓசையும் புதுப்புனலைப் பார்க்கக் கும்பல் கும்பலாக வந்திருக்கும் மக்களின் ஓசையும் கலந்து ஒலிக்கிறது. 'சென்று பார்க்கலாமா?' என்கிறாள். 'ஏற்கெனவே பார்த்தாயிற்றே' என்கிறான். 'மீண்டும் போய்ப் பார்க்கலாமே?' இத்துடன் நிற்கிறது உரையாடல். 'ஏன் மீண்டும்?' என்று ஒரு கேள்வி வந்திருக்க வேண்டும். ஆனால் வரவில்லை.

வெளியும் உள்ளும் கொள்ளும் உறவு நுண்மையானது. புதுவெள்ளம் பாய்கையில் மனம் பழைய தேக்கங்களை வைத்துக்கொள்ளாது. அகன்ற கரையும் உவப்பான இயற்கையும் மலர்களை ஏந்திய கரங்களுமாகப் புதுவெள்ளம் பாயும் ஆற்றின் கரையில் கூடி நிற்கும் ஆண்களும் பெண்களும் தங்கள் உள்ளங்களைச் சூழலின் வசீகரத்திலிருந்து பிரித்துவிட முடியாது. அதனால்தான் மீண்டும் போய்ப் பார்க்கலாமே என்பதற்கு 'ஏன் மீண்டும்?' என்று பதில் கேள்வி எழுவதில்லை. அக்கரையில் அந்த நீர்த்திவலைகளால் புகைபோல் எழும்பிய தன்மைச் சூழலில் மலர்களை ஒருவருக்கொருவர் கொடுத்துக்கொள்ளலாம். கிண்டல் செய்துகொள்ளலாம். புது வெள்ளம் இதையெல்லாம் தாங்கும். பழைய நீரால் முடியாது.

இந்தப் பாடலில் குறிப்பிடப்படும் மலர் பியோனி. மணம் கமழ்வது. சீன இலக்கியத்தில் இதயங்களை இணைக்கும் திறன் கொண்டதாகக் குறிக்கப்படுகிறது. காய்ச்சல், வலி, ரத்தக் காயம், வலிப்பு போன்ற வற்றிற்கும் இது மருந்தாகும் என்று நம்பிக்கை. இன்றும், பியோனி மலர் மலரும் காலம் முக்கிய விழாக் காலமாக கருதப்படுகிறது.

சென்ற பின்னும் தொடர்தல் ஏன்?

南山   தென்மலை

南山崔崔	நெடிது உயர்ந்த தென்மலை
雄狐绥绥	நயந்து மெள்ள ஆண் நரி[1]
鲁道有荡	சுலபம் தானே *லூ* வழி[2]
齐子由归	கிளம்பிச் சென்றாள் *ட்ச்சீ* மகள்[3]
既曰归止	கிளம்பிச் சென்றாள் என்றபின்
曷又怀止	நினைவில் இருத்தல் என்பதேன்?
葛屦五两	இரண்டும் ஜோடிப் பாதணி[4]
冠緌双止	இணையாய்த் தொப்பிக் குஞ்சலம்[5]
鲁道有荡	சுலபம் தானே *லூ* வழி
齐子庸止	வழியே சென்றாள் *ட்ச்சீ* மகள்
既曰庸止	வழியே சென்றாள் என்றபின்
曷又从止	பின்னே தொடர்தல் என்பதேன்?
蓺麻如之何	சணல்செடி நடுவதின் வகை என்ன?
衡从其亩	குறுக்காய் நெடுக்காய்க் காணியில்.
取妻如之何	மனைவியைத் தேர்வதன் வகை என்ன?
必告父母	நிச்சயம் பெற்றோர்க்கு உரைத்தபின்.
既曰告止	அவர்க்கு உரைத்தோம் என்றபின்
曷又鞠止	அவளை இன்னும் இழுப்பதேன்?
析薪如之何	விறகினைப் பிளப்பதன் வகை என்ன?
匪斧不克	கோடரி இன்றி இயலாது
取妻如之何	மனைவியைத் தேர்வதன் வகை என்ன?
匪媒不得	தூதுவர் இன்றி அமையாது[6]
既曰得止	அமைந்து விட்டது என்றபின்
曷又极止	வரம்பு மீறுதல் என்பதேன்?

குறிப்புகள்:

1. நரி, புணர்ச்சியில் வல்லியதாகக் கருதப்படுகிறது; இங்கு குறியீடாகப் பயன்படுகிறது.

2,3. லூ நாடு. ட்ச்சீ நாட்டின் அண்டை நாடு. ட்ச்சீ நாட்டு இளவரசி, லூ நாட்டில் வாழ்க்கைப் பட்டாள்.

4. சணலால் செய்யப்பட்ட பாதணிகளை அடுக்கும்போது, ஜோடி ஜோடியாய் வைக்க வேண்டும். ஒரு ஜோடியுடன் பிறிதொன்றைக் கலக்கக் கூடாது. தற்காலத்தில், வு என்றால், ஐந்து (5) என்று பொருள். ஆனால் பழங்காலத்தில், வு என்ற சொல்லுக்கு, 'ஜோடி, இரட்டை, ஜதை' என்ற பொருள்கள்தாம் இருந்தன. அதனால்தான் கணவனும் மனைவியும் ஒரு ஜோடிப் பாதணிகள் போல் என்று இந்தப் பாடல் சொல்கிறது – ஜோடி சேரவில்லையென்றால் நல்லதில்லை. மேலும் கையால் செய்யப்பட்ட அந்தப் பாதணிகள், ஜோடி விட்டு ஜோடி சேர்ந்தாலும் நல்லதில்லை. ஆங்கில மொழிபெயர்ப்பு நூல்களில், வு என்ற சொல்லை 'ஐந்து' என்று எடுத்துக்கொண்டு, தொப்பியையும் பாதணிகளையும் திருமணப் பரிசாகச் சொல்லியிருப்பதாகப் பொருள் கூறப்படுகிறது. அதே நேரத்தில், ஒரு சீனமொழி நூலிலும் இதை 'ஐந்து' என்று சொல்லி யிருப்பதாகத் தெரியவில்லை. சீன ஆசிரியர்கள் எல்லாருமே ஜோடி என்றே பொருள் கொள்கிறார்கள்.

5. அக்காலத் தொப்பிகளின் பக்கவாட்டில் தொங்கும் வால் போன்ற குஞ்சலங்கள். இரு பக்கமும் குஞ்சலம் இருந்தால் சமன் கிடைக்கும்.

6. திருமணத்திற்காகத் தூது செல்லும் குடும்பப் பெரியவர்களைக் குறிக்கிறது.

தங்கைக்குத் திருமணமான பின்பும் தொடரும் உடன்பிறந்த அண்ணன் தங்கைக்கு இடையே இருக்கும் உடலுறவைப் பற்றி விமர்சிக்கிறது இந்தப் பாடல். ட்ச்சீ நாடும் லூ நாடும் அண்டைநாடுகள். ட்ச்சீ நாட்டு இளவரசி, லூ நாட்டுக்கு வாழ்க்கைப்பட்டுப் போகிறாள். ஆனால் அவள் ட்ச்சீ நாட்டுக்கு வரும்போதெல்லாம் அவளுக்கும், அவளது அண்ணனான ட்ச்சீ நாட்டு மன்னனுக்கும் இருந்த உறவு தொடர்கிறது. அவளது அண்ணனான ட்ச்சீ நாட்டு மன்னன், அவளது கணவனான லூ நாட்டு மன்னனைக் கொன்றுவிடுகிறான்.

இந்தச் சூழல் பற்றிய விமர்சனம், நாட்டுப் பாடல்களுக்கே உரித்தான நேரடித் தன்மையும் பட்டறிவும் மிளிர வெளிப்படுகிறது. சமூக நெறியின் பயன்களையும் அவற்றின் பின்னால் இருக்கும் நியாயத்தையும் பொருளையும் முன்வைத்து இந்த விமர்சனம் நடக்கிறது.

ஒரு நாட்டின் மன்னனுக்கு எதிராக, அவனது செயலைக் கண்டித்துப் பாடப்படும் பாடலின் அமுக்கமான தொனியும், பரவலாக மக்களுக்குப் புரியக்கூடிய விஷயங்களைக் கொண்டு சிக்கல் விளக்கப்பட்டிருப்பதும் கவனிக்கப்படவேண்டியவை.

நினைவுகளின் ஒலி

陟岵　　**அடர்ந்த மலை**

陟彼岵兮　　அடர்ந்த மலையில் ஏறுகிறேன்
瞻望父兮　　அப்பாவின் திசை நோக்குகிறேன்
父曰嗟　　அப்பா சொல்வார்: ‘ஆ!
予子行役　　என் மகன் வேலைக்குச் சென்றானே
夙夜无已　　இரவும் பகலும் ஓய்வில்லை.
上慎旃哉　　எச்சரிக்கையாய் இருப்பானே
犹来无止　　நின்றுவிடாமல் வருவானே’

陟彼屺兮　　தரிசு மலையில் ஏறுகிறேன்
瞻望母兮　　அம்மாவின் திசை நோக்குகிறேன்
母曰嗟　　அம்மா சொல்வார்: ‘ஆ!
予季行役　　இளையவன் வேலைக்குச் சென்றானே
夙夜无寐　　இரவும் பகலும் துயிலில்லை.
上慎旃哉　　எச்சரிக்கையாய் இருப்பானே
犹来无弃　　போய்விடாமல் வருவானே’

陟彼冈兮　　சின்ன மலையில் ஏறுகிறேன்
瞻望兄兮　　அண்ணன் திசையை நோக்குகிறேன்
兄曰嗟　　அண்ணன் சொல்வார்: ‘ஆ!
予弟行役　　என் தம்பி வேலைக்குச் சென்றானே
夙夜必偕　　பகலும் இரவும் குழுவோடு.
上慎旃哉　　எச்சரிக்கையாய் இருப்பானே
犹来无死　　இறந்துவிடாமல் வருவானே’

வீட்டை விட்டு வெளியூரில் பணியாற்றும்போது காதலியை நினைப்பது பற்றிய கவிதைகளுக்கு எந்த நாட்டு இலக்கியத்திலும் குறைவில்லை. இந்தப் பாடல், அப்பாவை, அம்மாவை, அண்ணனை நினைப்பதைச் சொல்கிறது. அவர்கள் பிரிந்தவனை நினைத்துக் கொள்வதையும். வேலைக்காகக் காட்டிலும் மலையிலும் ஏறுகையில் வீட்டு நினைவு அழுத்துகிறது. வீடு இருக்கும் திசையைப் பார்க்கிறான். வீடு மட்டுமா மனதுக்குத் தெரிகிறது? அப்பா என்ன நினைப்பார்? அம்மா? அண்ணன்?

இந்தப் பாடலில், ஒவ்வொரு பத்தியிலும் மூன்றாவது வரியில் ஒரு செதுக்கல். மற்ற வரிகளைப் போல் இல்லாமல் இந்த வரியில் ஒலிக்குறைவு இருக்கிறது. அவர்கள் நினைக்கும்போது முதலில் வெளிப்படும் 'ஆ!' என்கிற ஓசைக்குப் பிறகு ஒரு இடைவெளி வருகிறது. அதற்குப் பிறகுதான் எண்ணம் சொல்லாக வெளிப்படுகிறது. அந்த ஒலிக்குறைவில்தான் அந்த இடைவெளி உருவாகிறது. அந்த இடைவெளியில் நிறைபவைதாம் அக்குடும்பத்தினரின் கவலையும் பயமும் சொல்லிவிடமுடியாத எண்ணங்களும்.

மேலெழுந்தவாரியாகப் பார்க்கும்போது ஒன்றே போல் தோன்றும் வரிகளுடன் எளிமைத் தோற்றத்தைக் கொண்டிருக்கும் இந்தப் பாடல், மிக நுணுக்கமான வேறுபாடுகளைப் பதிவுசெய்கிறது.

தண்டச் சோறு

伐檀   மரம் வெட்டுதல்

坎坎伐檀兮	'க்கான்!', 'க்கான்!' – மரத்தை வெட்டுவோம்,[1]
置之河之干兮	நாம் அவற்றை மேட்டில் அடுக்குவோம்
河水清且涟猗	ஆற்றில் தண்ணீர், தெளிவும் அலையும்.
不稼不穑	விதைப்பதுமில்லை, அறுப்பதுமில்லை
胡取禾	முன்னூறு ச்சான்–நில தானியம் மட்டும்
三百廛兮	குவிவது எப்படியாம்?[2]
不狩不猎	விரட்டுவதில்லை, வேட்டையுமில்லை
胡瞻尔庭	வீட்டுமுற்றத்தில் தகசுக்கறியாய்த்
有县貆兮	தொங்குவதெப்படியாம்?[3]
彼君子兮	அந்தப் பிரபுக்குல ஐயாமாரோ,
不素餐兮	தண்டச்சோறே திண்பதில்லையே!
坎坎伐辐兮	'க்கான்!', 'க்கான்!' – மரத்தை வெட்டுவோம்
置之河之侧兮	நாம் அவற்றை மேட்டில் அடுக்குவோம்
河水清且直猗	ஆற்றில் தண்ணீர், தெளிவும் சமனும்.
不稼不穑	விதைப்பதுமில்லை, அறுப்பதுமில்லை
胡取禾	மூவாயிரங்கோடித் தானியம் மட்டும்
三百亿兮	குவிவது எப்படியாம்?[4]
不狩不猎	விரட்டுவதில்லை, வேட்டையுமில்லை
胡瞻尔庭	வீட்டுமுற்றத்தில் வளர்ந்த கிடாக்கறி
有县特兮	தொங்குவதெப்படியாம்?
彼君子兮	அந்தப் பிரபுக்குல ஐயாமாரோ,
不素食兮	தண்டக்கூழே குடிப்பதில்லையே!
坎坎伐轮兮	'க்கான்!', 'க்கான்!' – மரத்தை வெட்டுவோம்
置之河之漘兮	நாம் அவற்றை மேட்டில் அடுக்குவோம்
河水清且沦猗	ஆற்றில் தண்ணீர், தெளிவும் வளைவும்.
不稼不穑	விதைப்பதுமில்லை, அறுப்பதுமில்லை
胡取禾	முன்னூறு குதிர் தானியம் மட்டும்
三百囷兮	குவிப்பது எப்படியாம்?
不狩不猎	விரட்டுவதில்லை, வேட்டையுமில்லை
胡瞻尔庭	வீட்டுமுற்றத்தில் காடையும் கோழியும்
有县鹑兮	தொங்குவதெப்படியாம்?
彼君子兮	அந்தப் பிரபுக்குல ஐயாமாரோ,
不素飧兮	தண்டக்கஞ்சியே குடிப்பதில்லையே!

குறிப்புகள்:

1. மூலத்தில் சந்தனமரம், வெட்டுவதற்குக் கடினமான மரம் என்ற அளவிலே குறிப்பிடப்படுகிறது.
2. ச்சான் – நில அளவு. ஏறத்தாழ 66 ஹெக்டேர். முன்னூறு என்னும் அளவுச்சொல், மிக அதிகம் என்ற வகையில் பயன்படுத்தப்பட்டுள்ளது. இது, மற்ற வரிகளில் வரும் பயன்பாட்டுக்கும் பொருந்தும்.
3. தகசு: Badger. Ratel. தவழ்கரடி. இச்சொல், பிற்காலத்தில் மருவி, தகசு என ஆனது. தன்னளவிலும் பெரிதான விலங்குகளைக் கொல்லும் படியான மூர்க்கம் உடையது.
4. மூலத்தில், யீ என்ற அளவுச்சொல் பயன்படுத்தப்பட்டுள்ளது. ஒரு யீ, பத்து கோடியைக் குறிக்கும்.

நாட்டுப் பாடல்களில் வெளிப்படும் வாழ்வு பற்றிய விமர்சனங்கள் ஆழமானவை. நகைச்சுவையும் எள்ளலும் சேர்ந்து வெளிப்படும்போது, இதுவே மிகக் கூர்மையான ஆயுதமாக மாறிவிடுகிறது.

மரம் வெட்டுபவர்கள் பாடுவதாக அமைந்துள்ளது இப்பாடல். அவர்களது கோடரிகள், கடினமான மரங்களைக் 'க்கான்!', 'க்கான்!' என்று ஒலியெழும்பும்படி வெட்டுகின்றன. ஒரே வெட்டில் மரம் விழுவதில்லை. இது வாழை மரமல்ல; கடினமான சந்தன மரம். ஒவ்வொரு வெட்டு விழும்போதும் மரத்தின் தண்டு கொஞ்சம் கொஞ்சமாக விட்டுக்கொடுக்கிறது. ஆனால் தொடர்ந்து வெட்டுவ தால் பலன் இருக்கிறது. நிறைய மரம் வெட்டுகிறார்கள்; வெட்டி அடுக்குகிறார்கள். கூடவே, கேள்வியும் கேட்கிறார்கள்.

சின்னச் சின்னக் கேள்விகளாகக் கேட்கிறார்கள். பதில் தெரியாதது போல்தான் கேட்கிறார்கள். அந்தப் பதில்கள், கேட்பவர் மனத்தில் தோன்றக்கூடிய பதில்களாகத்தாம் இருக்கின்றன. அந்தப் பதில்கள் நம் மனத்தில் எழும்போது, 'அப்படி இருக்காது!' என்கிறார்கள். கேட்பவர் மனத்தில், 'அப்படித்தான்' என்று ஓர் உறுதி தோன்றி விடுகிறது.

எளிய சொற்கள்; எளிய கேள்விகள்; எளிமையான வெளிப்பாட்டு முறை. 'அந்தப் பிரபுக்குல ஐயாமாரோ, தண்டச்சோறே திண்ப தில்லையே!' என்ற வரிகளில் சில ஆயிரம் ஆண்டுகளுக்கு முன்பு எங்கோ ஓர் ஆற்றங்கரையில் ஏதோ ஒரு மதியத்தில் வெளிப்பட்ட பசித்த வயிற்றின் கோபம் கலந்த நமுட்டுச்சிரிப்பு தெரிகிறது.

அடைவோம் இன்பவெளி

硕鼠	பெருச்சாளிகளே!

硕鼠硕鼠	பெருச்சாளிகளே! பெருச்சாளிகளே!
无食我黍	தின்று விடாதீர் எம் கதிரை
三岁贯女	மூன்றாண்டுகளாய்ச் சேவகம் செய்தோம் – [1]
莫我肯顾	எமைக் கவனிக்க யாருமில்லை.
逝将去女	செல்வது உறுதியென்றாயிற்று
适彼乐土	செல்வோம் அவ்வின்பநிலத்துக்கு
乐土乐土	இன்ப நிலம்! இன்ப நிலம்!
爰得我所	எனவே அடைவோம் எங்கள் இடம்!

硕鼠硕鼠	பெருச்சாளிகளே! பெருச்சாளிகளே!
无食我麦	தின்று விடாதீர் எம் பயிரை.
三岁贯女	மூன்றாண்டுகளாய்ச் சேவகம் செய்தோம் –
莫我肯德	எமை மெச்சவோ யாருமில்லை.
逝将去女	செல்வது உறுதியென்றாயிற்று
适彼乐国	செல்வோம் அவ்வின்பபுரத்துக்கு.
乐国乐国	இன்பபுரம்! இன்பபுரம்!
爰得我直	எனவே அடைவோம் எங்கள் களம்!

硕鼠硕鼠	பெருச்சாளிகளே! பெருச்சாளிகளே!
无食我苗	தின்று விடாதீர் எம் நாற்றை.
三岁贯女	மூன்றாண்டுகளாய்ச் சேவகம் செய்தோம் –
莫我肯劳	எமை ஆற்றவோ யாருமில்லை.
逝将去女	செல்வது உறுதியென்றாயிற்று
适彼乐郊	செல்வோம் அவ்வின்பவெளிக்கு
乐郊乐郊	இன்பவெளி! இன்பவெளி!
谁之永号	யாரின்னும் ஓலத்தைத் தொடர்ந்தபடி?

குறிப்புகள்:
1. 'மூன்று', 'ஆறு', 'ஒன்பது' என்று குறிப்பிடப்படுபவை 'பல' என்னும் பொருள் தரும். இங்கும், 'மூன்று' என்பது, 'பல்லாண்டுகள்', 'நெடுங்காலம்' என்னும் பொருள் தருகிறது.

சிறு மாற்றத்திற்கும் புரட்சிக்கும் வித்து ஒன்றுதான். ஆனால் என்ன வேண்டும் என்பதைப் பொருத்துத்தான், இவற்றின் தன்மை மாறுகிறது. அன்றாடம் உழைப்பவர்கள் பலராகவும் அவர்களது கதிரை, பயிரை, நாற்றையேகூடத் தின்று வாழும் பெருச்சாளிகள் சிலராகவும் உள்ள இடத்தில் இன்னும் வாழவேண்டுமா? ஆனால் வெளியேறி எங்கே செல்ல? அடுத்த வயலுக்கா? இன்னொரு பெருச்சாளியிடமா? இல்லை – இன்பவெளிக்கு.

இது மரம்வெட்டுவோர் கூட்டாகப் பாடும் பாடல். திரும்பத் திரும்ப வரும் வரிகளும், உடன்பாடுபவர்களுக்கு வசதியாக எளிமை யான சொற்களும் கொண்டு அமைக்கப்பட்டுள்ளது.

இந்தப் பாடலின் கடைசி வரி சுவாரசியமானது. மொத்தம் நான்கு சொற்கள்:

யார் – தொடர்ச்சி – நீளமான – ஓலம்

பலரும் இந்த வரிக்குப் பல பொருள்களைச் சொல்லியிருக் கின்றனர். எடுத்துக்காட்டாக, '(இங்கேயே இருந்து) யார் இன்னும் ஓயாமல் ஓலமிட்டுக்கொண்டிருப்பது?' என்று சொல்லலாம். '(இன்ப வெளிக்குச் சென்ற பிறகு), யார் தொடர்ந்து ஓலமிட வேண்டும்?' என்று கேட்கலாம். 'யார் (சென்றது இன்பவெளிக்கு? யாருமில்லை), தொடர்வது நீண்ட ஓலம்' என்று நிராசையுடன் நிறுத்தலாம். சீன நூல்களிலேயேகூட, இந்த வரியைப் பற்றிய பெரும்பான்மைப் பொதுவிளக்கம் இல்லை. இந்தப் பொருள் மயக்கத்தை ஓரளவு தக்கவைக்கும்படி இங்கு மொழிபெயர்க்கப்பட்டிருக்கிறது.

எடுப்பதுமில்லை உடுப்பதுமில்லை

山有枢 காஞ்சிமரம் மலையிலே

山有枢	காஞ்சிமரம் மலையிலே
隰有榆	ஆய்மரம் சதுப்பிலே
子有衣裳	ஆடைகளுண்டு அணிகலன் உண்டு
弗曳弗娄	எடுப்பதுமில்லை உடுப்பதுமில்லை
子有车马	வண்டியும் உண்டு குதிரையும் உண்டு
弗驰弗驱	பூட்டுவதில்லை ஓட்டுவதில்லை
宛其死矣	எல்லாம் ஒடுங்கி இறந்துமுடிந்தால்
他人是愉	களிப்பதற்கு எவனோ வருவான்
山有栲	பெருமரம் மலையிலே
隰有杻	ஊணாமரம் சதுப்பிலே
子有廷内	கூடங்களுண்டு வீடுகளுண்டு
弗洒弗埽	தெளிப்பதுமில்லை துடைப்பதுமில்லை
子有钟鼓	மணிகள் உண்டு மேளங்களுண்டு
弗鼓弗考	இசைப்பதுமில்லை வாசிப்பதில்லை
宛其死矣	எல்லாம் ஒடுங்கி இறந்துமுடிந்தால்
他人是保	துய்ப்பதற்கு எவனோ வருவான்
山有漆	பழுமரம் மலையிலே
隰有栗	சிங்காரமரம் சதுப்பிலே
子有酒食	பானங்களுண்டு பண்டங்களுண்டு
何不日鼓瑟	தினமும் மணிமேளம் இல்லாததேனோ ?
且以喜乐	மகிழ்வைக் கூட்டிக் களிக்கலாம்
且以永日	பொழுதை நீட்டி வளர்க்கலாம்
宛其死矣	எல்லாம் ஒடுங்கி இறந்துமுடிந்தால்
他人入室	வாழ்வதற்கு எவனோ வருவான்

ஒருத்தியின் ஆற்றாமையைச் சொல்லும் இந்தப் பாடல், ஒன்றை அடைந்திருப்பதற்கும் அனுபவிப்பதற்கும் உள்ள இடைவெளியைச் சுட்டுகிறது. எடுத்து வாசிக்காத இசைக்கருவியும் குடித்துக் களிக்காத பானமும் வாழ்வுக்கு என்ன செய்யும்? அனுபவிக்காதவை சொத்து தானா? உறவுபாராட்டாதவர்கள் சொந்தம்தானா?

இருப்பவற்றை மெச்சுவது ஒரு பண்பு. இருப்பவற்றை அனுபவிக்க நேரமின்றி, மேலும் மேலும் இல்லாதவற்றை சேர்க்க முனைவது மற்றொன்று. சேர்த்துவைத்தவற்றை அனுபவிக்கத் தெரிந்த எவனோ ஒருவன் வருவான். ஆடையணிகலன்களையும் வசதிகளையும் கூடமாடங்களையும் பானபண்டங்களையும் துய்ப்பதற்கு வருவான். அனுபவிக்க நேரமின்றிச் சேர்ப்பவன் இறந்துமுடிந்த பிறகும் இவை இருக்கும். ஆனால் இவள்?

அவன் எனச் சொல்லப்படுகிறவன்

蒹葭 நாணல்

蒹葭苍苍 பசுந்தடர்ந்திருக்கும் நாணற்புதர்கள்
白露为霜 உறைந்துகிடக்கும் வெள்ளை அடர்பனி
所谓伊人 அவன் எனச் சொல்லப்படுகிறவன்
在水一方 ஆற்றின்புறத்தே இருக்கின்றான்
遡洄从之 ஆற்றெதிர்ப்போக்கில் தேடுகிறேன்
道阻且长 கரட்டுப்பாதை நீண்டிருக்கும்
遡游从之 ஆற்றின் போக்கில் தேடுகிறேன்
宛在水中央 எங்கோ ஆற்றின் நடுவேதான் இருப்பான்.[1]

蒹葭凄凄 செழித்தடர்ந்திருக்கும் நாணற்புதர்கள்
白露未晞 உலராதிருக்கும் வெள்ளை அடர்பனி
所谓伊人 அவன் எனச் சொல்லப்படுகிறவன்
在水之湄 ஆற்றங்கரையில் இருக்கின்றான்
遡洄从之 ஆற்றெதிர்ப்போக்கில் தேடுகிறேன்
道阻且跻 கரட்டுப்பாதை மேடாய்க்கிடக்கும்
遡游从之 ஆற்றின் போக்கில் தேடுகிறேன்
宛在水中坻 எங்கோ ஆற்றுத்திட்டில்தான் இருப்பான்.

蒹葭采采 செறிந்தடர்ந்திருக்கும் நாணற்புதர்கள்
白露未已 பெய்திருக்கும் வெள்ளை அடர்பனி
所谓伊人 அவன் எனச் சொல்லப்படுகிறவன்
在水之涘 ஆற்றோரத்தில் இருக்கின்றான்
遡洄从之 ஆற்றெதிர்ப்போக்கில் தேடுகிறேன்
道阻且右 கரட்டுப்பாதை வளைந்துகிடக்கும்
遡游从之 ஆற்றின் போக்கில் தேடுகிறேன்
宛在水中沚 எங்கோ ஆற்றுமேட்டில்தான் இருப்பான்.

குறிப்புகள்:

1. மூலத்தில், ஒலியமைதியில் தொய்வு வரும்படியே பத்தியின் கடைசி வரிகள் அமைந்துள்ளன.

அடர்பனி கொட்டிக்கொண்டிருக்கிறது. ஆற்றோரத்தில் நாணற் புதர்கள் செறிந்துள்ளன. அவள் அவனைத் தேடிக்கொண்டிருக்கிறாள். அங்கே எங்கோதான் இருக்கிறான். ஆற்றுப்போக்கிற்கு எதிர்ப்போக்கில் தேடுகிறாள்; ஆற்றின் போக்கில் தேடுகிறாள். பாதை கடினமாக, நீண்டும் ஏற்றமாகவும் வளைந்தும் இருக்கிறது. ஆனால் அவன் புலப்படுவதில்லை. அங்கே எங்கோதான் இருப்பான்.

'அவன்' என்கிறார்களே, அவனை அவள் தேடுவதாகச் சொல்வதும், இருக்கின்றான் – இருப்பான் என்று ஈர்மையாய்ப் பொருள் பிரித்துச் சொல்வதும், பனி கொட்டிக்கொண்டிருக்கும்வரை நாணல் செழிக்கும் எனும் நம்பிக்கையை நிறுத்துவதும், நுண்மையும் எளிமையும் கைகோத்து நடக்க முடியும் என்று நிறுவும் இந்தப் பாடலுக்குச் சிறப்புச் சேர்க்கின்றன.

கல்லறைக்குகை வாசலில்

黄鸟	மஞ்சள் குருவிகள்
交交黄鸟 止于棘 谁从穆公 子车奄息 维此奄息 百夫之特 临其穴 惴惴其栗 彼苍者天 歼我良人 如可赎兮 人百其身	பறந்து அலைவன மஞ்சள் குருவிகள் அம்முட்புதர்களின் மேலே. யார் வழியனுப்பியது *மு* பிரபுவை? –[1] *த்ஸிழ்-சு* குலத்து *யான்-ஷ்ஸீ*. இந்த *யான்-ஷ்ஸீ* என்கிறவன் நூறு பேரிலும் மேலாவான். கல்லறைக்குகை எதிரே மருண்டுவிதிர்த்து நடுங்கிநின்றான். அவ் விரிநெடும் பெருவானமே, எம் நல்லோரே மடிந்தாரே. எம்முயிர் ஈடாய்த் தரமுடிந்திடிலோ நூற்றுவர் உயிர்தர வந்திருப்போம்.
交交黄鸟 止于桑 谁从穆公 子车仲行 维此仲行 百夫之防 临其穴 惴惴其栗 彼苍者天 歼我良人 如可赎兮 人百其身	பறந்து அலைவன மஞ்சள் குருவிகள் ஊணாமரங்களின் மேலே. யார் வழியனுப்பியது *மு* பிரபுவை? – *த்ஸிழ்-சு* குலத்து *ட்சொங்-ஹாங்*. இந்த *ட்சொங்-ஹாங்* என்கிறவன் நூறு பேரையும் சமர்செய்வான் கல்லறைக்குகை எதிரே மருண்டுவிதிர்த்து நடுங்கிநின்றான். அவ் விரிநெடும் பெருவானமே, எம் நல்லோரே மடிந்தாரே. எம்முயிர் ஈடாய்த் தரமுடிந்திடிலோ நூற்றுவர் உயிர்தர வந்திருப்போம்.
交交黄鸟 止于楚 谁从穆公 子车针虎 维此针虎 百夫之御 临其穴 惴惴其栗 彼苍者天 歼我良人 如可赎兮 人百其身	பறந்து திரிவன மஞ்சள் குருவிகள் நெல்லிமரங்களின் மேலே. யார் வழியனுப்பியது *மு* பிரபுவை? – *த்ஸிழ்-சு* குலத்து *ட்சன் ஹூ*. இந்த *ட்சன் ஹூ* என்கிறவன் நூறு பேரையும் தடுத்தெதிர்ப்பான். கல்லறைக்குகை எதிரே மருண்டுவிதிர்த்து நடுங்கிநின்றான். அவ் விரிநெடும் பெருவானமே, எம் நல்லோரே மடிந்தாரே. எம்முயிர் ஈடாய்த் தரமுடிந்திடிலோ நூற்றுவர் உயிர்தர வந்திருப்போம்.

குறிப்புகள்:

1. வரலாற்றுக் குறிப்பு: ட்ச்சின் வம்சத்தைச் சேர்ந்த மு பிரபு இறந்த ஆண்டு கி.மு. 621. அரசவம்சத்தினரின் கல்லறைக்குகையில் உயிருள்ள வீரர்களையும் சேர்த்துப் புதைக்கும் வழக்கம் இதற்கும் முன்பு ஓங்கியிருந்தது. பரவலாக எதிர்ப்புக்குள்ளாகி அருகிய இவ்வழக்கத்தை ட்ச்சின் வம்சத்தினர் புதுப்பித்தார்கள். மன்னரின் உடலுடன் மூன்று வீரர்களை உயிருடன் புதைத்ததை எதிர்த்துப் பேசுகிறது இந்தப் பாடல்.

வீரத்தில் பல வகையுண்டு. நூறு பேருக்கும் மேலாய், பலரையும் சமர்செய்யும் திறனாய், தடுத்தெதிர்க்கும் வன்மையாய் அது வெளிப்படலாம். இது போர்க்களத்தில். ஆனால் ஊரே கூடியிருக்கையில், உயிருடன் உன்னைப் புதைக்கப்போகிறோம் என்று அதிகார வர்க்கம் கல்லறைக்குகைக்கு நெருக்கும்போது அங்கு யுத்தகாண்டத்திற்கு இடமில்லை. மரணம் முகத்தருகே வந்து மூச்சுவிடுகிறது – எந்தப் பயனும் இன்றி. வீரமரணத்திற்கான செயல் புகழோ இயற்கை மரணத்திற்கான அமைதியோ நோய்மரணத்திற்கான விடுபடலோ, விபத்துமரணத்திற்கான திடுக்கிடலோ இன்றி, மனிதரால், மனிதருக்காக, இன்னொரு மனிதரின் மரணம் தீர்மானிக்கப்பட்டுச் செயல்படுத்தப்படுகிறது. என்ன பயத்ததோ வீரம் இங்கு?

இறந்தவரின் உடலுடன் சில பொருட்களையும் வைத்துப் புதைக்கும் வழக்கம் பல இனங்களிலும் உண்டு. ஒரு சில இனங்களில், இறந்தவரின் சமூக மதிப்பைப் பொறுத்து, வாழ்வுச்சூழலைப் பொறுத்து, இப்பொருட்கள் வேறுபடும். அவ்வாழ்வு, பிறரை ஆண்டுவாழும் வாழ்வானால், அதை எப்படிப் பொருட்களைக் கொண்டு ஈடுசெய்வது? சீனாவில், மன்னர் இறந்தவுடன், அவருக்குச் சேவை செய்ய, அவர் தொடர்ந்து ஆள, அவருக்குப் பாதுகாப்பாக, வீரர்களை உயிருடன் புதைக்கும் வழக்கம் இருந்தது. இதற்கு எதிர்ப்பும் இருந்தது. ஆனால் ஒரு பேரரசரை, 'சாதாரண மனிதர்'களிடமிருந்து வேறு படுத்தி, வானின் மைந்தனாகக் காட்டவேண்டிய அவசியம் அரச வம்சங்களுக்கு இருந்தது. எனவே இவ்வழக்கம் மீட்டெடுக்கப்பட்டது.

இறந்த மு எனும் மன்னர்குலத்தவனுடன் வீரர்கள் உயிருடன் புதைக்கப்பட்டதை எதிர்த்துப் பேசுகிறது இந்தப் பாடல். போர்க்களத்தில் தன்னிகரற்ற அவ்வீரர்கள், கல்லறைக்குகையின் எதிரில் மருண்டு விதிர்த்து நடுங்கி நின்றதைப் பதிவுசெய்வதன் மூலம், வெறும் வாழ்த்துப்பாவாக நின்றுவிடாது, மனிதத்துவத்தின் மூச்சுக்காற்றை உள்வாங்குகிறது.

வீரத்தில் இன்னொரு வகையும் உண்டு – அடாத செயல் செய்யப்படும்போது, அதைச் செய்பவன் நாட்டு மன்னனேயானாலும், அதை எதிர்த்து, நெஞ்சுக்கு நெருங்கியோருக்காக, பூஞ்சோலைகளில் பாடித்திரிய வேண்டிய மஞ்சள் குருவிகள் முட்புதர்களின்மீது அலைக்கழிவதைச் சுட்டி ஒரு பாட்டுக் கட்டிப் பாடுவதும் வீரம்தான்.

கல்லறை சொல்லும் சேதி

墓门   **கல்லறை வாசல்**

墓门有棘   கல்லறை வாசலில் உள்ளது முட்புதர்
斧以斯之   கோடரி கொண்டு வெட்டிட வேண்டும்.
夫也不良   மனிதனும் கூட நல்லவன் இல்லை
国人知之   நாட்டு மக்களும் அறிவார் இதனை.
知而不已   அறிந்த பின்பும் நிறுத்திடவில்லை
谁昔然矣   வெகு நாட்களாய் இந்த ரீதியில்.

墓门有梅   கல்லறை வாசலில் உள்ளது நெருஞ்சி
有鸮萃止   கூடுகள் கட்டி ஆந்தை வசிக்கும்.
夫也不良   மனிதனும் கூட நல்லவன் இல்லை
歌以讯之   கவிதையும் குறையைக் கேட்டிடத் தானே.
讯予不顾   குறை கேட்டாலும் யோசிப்பதில்லை
颠倒思予   விழுந்த பின்பே என்னை நினைப்பான்.

முன்னோரை மதித்தல் என்பது நெறிப்படுத்தும் ஒரு வாழ்வு முறை. அவர்களது மதிப்பீடுகளை, வாழ்வின் அனுபவங்களை அடிப்படையாகக் கொண்டு, நம் வாழ்வின் உண்மைகளை உரை கல்லாக வைத்து, மேன்மை அடைய அது வழிவகுக்கிறது. அது அவர்களுக்குச் செய்யும் மரியாதை மட்டுமன்றி நம் வாழ்வுக்கான வழிகாட்டலும்தான். முன்னோரைப் புறக்கணித்தாலோ வீழ்ச்சி அட்டிக்கும். வீழ்பவனுக்கு இது பெரும்பாலும் புரிபடுவதில்லை. இதுவே புரியாதபோது பிறர் சொல்லும் சொற்களா புரியும்?

கல்லறை வாசலில் முட்புதர் மண்டி, ஆந்தைகள் கூடுகள் கட்டி வசிக்கும் சூழல். செய்ய வேண்டியது என்ன? கோடரி கொண்டு வெட்டிச் சுத்தப்படுத்தி முன்னோரின் மரியாதைக்குரிய இடமாக அதை மாற்ற வேண்டும். ஆனால் அதற்குப் பொறுப்பானவனோ நல்லவனில்லை. ஆந்தைகளை உற்சாகப்படுத்தும் வழக்கங்களை அவன் நீண்ட காலமாக நிறுத்தவில்லை. மக்களுக்கும் தெரிகிறது. சுற்றி இருப்பவர்களில் சிலரும் எடுத்துச்சொல்கிறார்கள். அவன் கேட்பதில்லை.

அவன் வீழ்வான். அப்போது ஆந்தைகளின் கெக்கலிக்கும் அலறல் களையும் மீறி, மனத்தில் இந்த வரிகள் எதிரொலிக்கப்போகின்றன.

மரமாய் இருத்தலின் ஆனந்தம்

隰有苌楚 **தாழ் நிலத்திலே நெல்லிமரம்**

隰有苌楚	தாழ் நிலத்திலே நெல்லி மரம்
猗傩其枝	கிளைகள் அசையும் ஒய்யாரம்
夭之沃沃	துளிர்த்துத் தழைத்து ஆடிடுதே
乐子之无知	ஆனந்தத்தில் திளைத்தபடி நனவின்றியே.
隰有苌楚	தாழ் நிலத்திலே நெல்லி மரம்
猗傩其华	மலர்கள் அசையும் ஒய்யாரம்
夭之沃沃	துளிர்த்துத் தழைத்து ஆடிடுதே
乐子之无家	ஆனந்தத்தில் திளைத்தபடி உறவின்றியே.
隰有苌楚	தாழ் நிலத்திலே நெல்லி மரம்
猗傩其实	கனிகள் அசையும் ஒய்யாரம்
夭之沃沃	துளிர்த்துத் தழைத்து ஆடிடுதே
乐子之无室	ஆனந்தத்தில் திளைத்தபடி வீடின்றியே.

மரத்தின் ஆனந்தம் எப்படிப்பட்டது? ஒய்யாரமாக தன் கிளைகளையும் மலர்களையும் கனிகளையும் அசைத்துப் பசுமை தழைக்க ஆடிக்கொண்டிருக்கும் அதற்கு என்ன குறை? இந்த ஆனந்தம் எப்படிச் சாத்தியப்பட்டது? இந்த ஆனந்தம் ஏன் நமக்குச் சாத்தியப்படவில்லை?

மரத்தின் ஆனந்தத்தைச் சொல்லும் இந்தப் பாடல், அதன் நனவற்ற, உறவற்ற, வீடற்ற விட்டு விடுதலையாகி நிற்கும் தன்மையை முன்வைக்கிறது. வரிகளே தென்றலில் அசையும் கிளைகள்போல் ஓர் ஊஞ்சல் தன்மை கொண்டிருக்கின்றன: விவரணை-காட்சி-காட்சி-விவரணை என்று ஆடிச் செல்கின்றன.

உடுப்புக்கு ஏற்ற நடத்தை

候人	காவலாளிகள்

彼候人兮	அந்தக் காவல்காரர்களோ
何戈与祋	ஈட்டிகள் ஏந்தி, கோடரி ஏந்தி.
彼其之子	இவ்வகை சேர்ந்த பிறவிகளுக்கோ
三百赤芾	முட்டிக்கு முந்நூறு செங்காப்பு¹

维鹈在梁	மீன்பிடித்துறையில் செங்கால்நாரை
不濡其翼	இறக்கைகளை அவை நனைப்பதில்லை
彼其之子	இவ்வகை சேர்ந்த பிறவிகளுக்கோ
不称其服	உடுப்புக்கு ஏற்ற நடத்தையில்லை

维鹈在梁	மீன்பிடித்துறையில் செங்கால்நாரை
不濡其咮	அலகுகளை அவை நனைப்பதில்லை
彼其之子	இவ்வகை சேர்ந்த பிறவிகளோ
不遂其媾	ஒப்பிய வாக்கைக் காப்பதில்லை

荟兮蔚兮	பசுமை தானே; முகில்கள் தானே;
南山朝跻	தென்மலைப் பனியில் சூரிய உதயம்.
婉兮娈兮	தளிர்கள் தானே; நளினம் தானே;
季女斯饥	இவ்விள மங்கை பசித்தீ தொடரும்.²

குறிப்புகள்:
1. முன்னங்காலில் அணியும் செந்நிறத்துணியாலான தடுப்புக் காப்புகள்
2. உணவில்லாத நெடிய வறுமையைச் சுட்டும் சொல் மூலத்தில் ஆளப்பட்டிருக்கிறது.

சினத்துடன் கிண்டல் செய்கிறாள் அவள் – உனக்கெல்லாம் ஏதோ பெரிய போர்வீரன்போல் உடையலங்காரம், போர்க்கருவிகள், கவசம். நீரில் இறங்கி, இறக்கை நனைத்து, அலகு கொத்தி வாழாத நாரைகளுக்கு என்ன மீன் கிடைக்கும்? இவ்வகை நாரைகளுக்கு ஏன் இறக்கைகளும் அலகுகளும்?

நேரடித்தன்மையும் கோபமும் குறைகூறும் பாங்கும் ஒருங்கே மிளிர்கின்றன இந்தப் பாடலில். முதல் பத்தியில் காவலாளிகளைச் சொல்லிவிட்டுச் செங்கால்நாரைகளுக்குப் போகிறாள். அவனது சிவப்புத்துணியிலான முன்னங்கால் கவசங்கள் காட்சியாய்த் தொடர்கின்றன. உடுப்புக்கு ஏற்ற நடத்தையில்லாததும், சொன்ன சொல் காக்காததும் சொல்லப்படுகின்றன. கடைசி நான்கு வரிகளில், முரணுடன் அழகாய் மோகம் சொல்லப்படுகிறது – அங்கே பனிமூடிய, பசுமையான, மேகம் கவிழ்ந்த சூழலில், சூரியனின் உதயம். இங்கே பசியில் வாடியவளாய் இவள் – இங்கு பனி வேண்டும், பசுமை வேண்டும், முகில்கள் வேண்டும்.

ஓலமே கூவலாய்

鸱鸮	ஆந்தைகளே!
鸱鸮鸱鸮	ஆந்தைகளே! ஆந்தைகளே!
既取我子	என் குஞ்சுகளைப் பறித்தீரே;
无毁我室	கூட்டை அழிக்காதிருப்பீரே!
恩斯勤斯	அன்பானேன்; ஆதரித்தேன்;
鬻子之闵斯	பிஞ்சு வளர்த்துவந்தேன் – நலிந்தேனே!
迨天之未阴雨	மழை மேகங்கள் கூடி வானம் இருளுமுன்
彻彼桑土	ஊணா வேர்களைச் சேர்த்தேனே
绸缪牖户	சாளர வாயில்கள் சமைத்தேனே
今女下民	'இக்காலத்தில், கீழ்மக்காள்,
或敢侮予	எம்மை ஏய்த்திடத் துணிந்தீரோ?'
予手拮据	எனது கரம் ஓய்ந்திடவே
予所捋荼	கள்ளி இலைகளைப் பறித்தேனே
予所蓄租	கிளைகளும் சேர்த்துவந்தேனே
予口卒瘏	எனது வாயில் புண் உளையும்
曰予未有室家	வீடென்று நான் சொல்ல ஒன்றில்லையே?
予羽谯谯	என் சிறகு, ஒழிந்தழிந்து;
予尾翛翛	எந்தன் வால், சிதைந்தழிந்து.
予室翘翘	கூடோ, ஊசல்பீதியிலே
风雨所漂摇	நடுங்கும் பேய்மழைக் காற்றினிலே.
予维音哓哓	நானோ, இவ்வோலத்தைக் கூவிக்கொண்டே.

ஒரு பேய்மழைக்காற்றில், அந்தரத்தில் ஊசலாடும் கூட்டில், பிஞ்சுகளைப் பலிகொடுத்து, இறகுகளும் வாலும் புண்படப் பாடுபட்டுக் கட்டிய கூட்டையும் அழிக்கக் காத்திருக்கும் ஆந்தைகளுக்கு எதிராய், உழைத்துச் சிதைந்த உடலுடன், உள்ளத்து வலியின் ஓலத்தையே கூவலாகப் பாடும் பறவையின் குரல் பதிவுசெய்யப்படுகிறது இந்தப் பாடலில்.

சீனாவிலும் ஆந்தை தீயகுணங்கள் கொண்ட பறவையாகத்தான் சித்தரிக்கப்படுகிறது. 'இப்பொழுதோ, கீழ்மக்காள், எம்மை ஏய்த்திடத் துணிந்தீரோ?' எனும் வரி, காலம் மாறிவரும் சூழலில், தங்கள் சுயமரியாதையை நிலைநாட்டிக்கொள்பவர்களை எதிரிகளாக்கி நசுக்கும் ஆந்தைகளின் பார்வையில் சொல்லப்படுகிறது. பிற வரிகள் மூலம், அப்பறவை தன் உழைப்பையும் அன்பையும் அவற்றின் பலன்களை நுகரவிடாது போகும் துயரத்தையும் மட்டுமே சொல்லிச்செல்கிறது.

கடைசி ஐந்து வரிகள், ஒரு ஒளிப்படம்போல், சூழலைப் படம்பிடிக்கின்றன. சூறாவளியில், சிதைவுண்ட உடலுடன், விழத்தொங்கும் கூட்டிலிருந்து வரும் பறவையின் குரல். அடுத்தமுறை கொட்டும் மழையில் கேட்கும் பறவையின் கூவலொலியில் இந்தப் பாடல் நினைவிலாடக்கூடும்.

1.2 விழாப் பாடல்கள்

(雅 Ya)

சிறகடித்துச் சிறகடித்துப் பறக்கும் புறாக்கள்

四牡	நான்கு பரிகள்
四牡騑騑	நான்கு பரிகளும் பாயும் பாயும்
周道倭迟	அகன்ற பாதை வளைந்து நீளும்
岂不怀归	மீள்வதை எண்ணாது இருப்பதெப்படி?
王事靡盬	மன்னர் பணி இது, நிறுத்தலாகாது
我心伤悲	என் மனச் சோகம், சொல்லிமாளாது

四牡騑騑	நான்கு பரிகளும் பாயும் பாயும்
嘽嘽骆马	கரும்பிடரி வெண்பரிகள் இரைத்து ஓடும்
岂不怀归	மீள்வதை எண்ணாது இருப்பதெப்படி?
王事靡盬	மன்னர் பணி இது, நிறுத்தலாகாது
不遑启处	காலோய்ந்து சற்றே இளைப்பாற முடியாது

翩翩者鵻	சிறகடித்துச் சிறகடித்துப் பறக்கும் புறாக்கள்
载飞载下	இதோ பறப்பன; இதோ இறங்குவன
集于苞栩	தேவதாரு மரங்களில் கூடியிருப்பன
王事靡盬	மன்னர் பணி இது, நிறுத்தலாகாது
不遑将父	தந்தையின் நலனைக் கவனிக்க முடியாது

翩翩者鵻	சிறகடித்துச் சிறகடித்துப் பறக்கும் புறாக்கள்
载飞载止	இதோ பறப்பன; இதோ இறங்குவன
集于苞杞	அடர்கிளை மரங்களில் கூடியிருப்பன
王事靡盬	மன்னர் பணி இது, நிறுத்தலாகாது
不遑将母	தாயின் நலனைக் கவனிக்க முடியாது

驾彼四骆	கருமயிர் வெண்பரி நான்கும் பூட்டினேன்
载骤骎骎	குதித்தோடின வேகவேகமாய்
岂不怀归	மீள்வதை எண்ணாது இருப்பதெப்படி?
是用作歌	எனவே இந்தப் பாடல் இயற்றினேன்
将母来谂	தாயைக் கவனிக்க விழைவதைச் சொல்லவே

மிக வேகமாய் முன்னோக்கி ஓடிக்கொண்டிருக்கின்றன நான்கு குதிரைகள். வெண்குதிரைகள். பிடரியில் கருமயிர் கொண்டவை. நிறுத்தவியலா வேகத்துடன் இரைக்க இரைக்க ஓடிக்கொண்டிருக்கின்றன. ஓட்டிச்செல்பவன் நிறுத்தவிடமாட்டான். ரதத்துடன் முன்னோக்கி விரைந்துகொண்டிருக்கிறான். ஆனால், அவனும் நிறுத்தவியலா விரைவுடன்தான் பயணிக்கிறான். அரச பணி, நிறுத்தவியலாதது. அவன் மனமோ திரும்பிச்செல்வதைப் பற்றி நினைத்துக்கொண்டிருக் கிறது. தந்தை எப்படி இருக்கிறார்? தாயார் நலமாக இருக்கிறார்களா?

புறாக்கள் பறக்கின்றன – ஏறுகின்றன, இறங்குகின்றன. தேவைப் படும்போது மரங்களில் தங்கள் கூட்டங்களுடன் அமர்ந்து இளைப்பாறுகின்றன. ஆனால், இரைக்க இரைக்க ஓடும் வாழ்க்கையில் திரும்பிச்சென்று பெற்றோர்களைக் கவனிக்கமுடியாமல் போனாலும் காலாற உட்கார்ந்து அவர்களைப் பற்றி நினைக்கவும் முடியாது போகிறதே? உடலும் மனமும் ஒரே திசையில் பயணிக்கும் நிலை அரிதாகத்தான் வாய்க்கிறது. அன்றிலிருந்து இன்றுவரை இப்படித்தான். இந்த ஓட்டத்துக்கிடையே, இரைச்சலுக்கிடையே, ஆதங்கத்தைச் சொல்ல ஒரு பாடல் இயற்றப்பட்டிருக்கிறது. இதன் தொனியும் ஆழமும் இன்றைக்குக் குடும்பத்தைப் பிரிந்து, நாடுகடந்து, விமான நிலையங்களிலும் ரயில்பாதைகளிலும் காத்திருக்கையில் மனத்திலாடும் நிழல்களிலும் கிடைத்த நேரத்தில் தட்டித்தள்ளும் சிலவரிகள் கொண்ட மின்னஞ்சல்களிலும் இருக்கின்றன.

அண்ணன் தம்பிக்கு ஈடில்லை

常棣　　　　செர்ரி மலர்கள்

常棣之华　　செர்ரி மலர்கள் மரத்தின் மேலே
鄂不韡韡　　கொத்துக்கொத்தாய் ஒளிர்கின்றன
凡今之人　　ஆயிரம்பேர்தான் இருந்தாலும்
莫如兄弟　　அண்ணன் தம்பிக்கு ஈடில்லை

死丧之威　　சாவும் துக்கமும் மிரட்டுகையில்
兄弟孔怀　　சகோதரர்தான் அரவணைப்பார்
原隰裒矣　　சதுப்பிலும் மேட்டிலும் தொலைந்தாலும்
兄弟求矣　　சகோதரர்தான் தேடிடுவார்.

脊令在原　　கருநீர்ப் பறவைகள் நிலப்பரப்பில்[1]
兄弟急难　　இடுக்கண் களைவார் சகோதரரே.
每有良朋　　தெரிந்த நண்பராய் இருந்தாலும்
况也永叹　　பெருமூச்சு விடுவார், அவ்வளவே.

兄弟阋于墙　வீட்டினுள் சகோதரர்கள் மோதிக்கொள்ளலாம்
外御其务　　வெளியிலே மானம் காத்திடுவர்.
每有良朋　　தெரிந்த நண்பராய் இருந்தாலும்
烝也无戎　　உள்ளவாறு உதவி ஏதுமில்லை.

丧乱既平　　துக்கம் குழப்பம் விலகிப்போய்
既安且宁　　அமைதியும் சாந்தியும் நிலவுகையில்
虽有兄弟　　'நண்பர்களுக்கு இணையாகார்
不如友生　　சகோதரர்' என்பரும் உள்ளாரே

傧尔笾豆　　உணவுக்கலங்களைப் பிடியுங்கள்
饮酒之饫　　மதுவை நிறைவாய்க் குடியுங்கள்
兄弟既具　　அண்ணன் தம்பி வந்தார்கள்
和乐且孺　　மகிழ்வு, களிப்பு, நம் களத்தில்.

妻子好合　　மனைவியரும் மக்களும் சேர்வதுவோ
如鼓瑟琴　　ட்ச்சின்னும் ஸவும் சேர்ந்ததுபோல்[2]
兄弟既翕　　அண்ணன் தம்பி இணைந்துவிட்டால்
和乐且湛　　மகிழ்வும் களிப்பும் நீடிக்கும்.

宜尔室家　　வீடும் குடும்பமும் நன்மை பெறும்
乐尔妻帑　　மனைவியும் மக்களும் மகிழ்வடைவர்
是究是图　　ஆராய்ந்தாலும் தெளிந்தாலும்
亶其然乎　　உண்மை இதுதான் தெரியுமன்றோ?

குறிப்புகள்:

1. கலவரத்தைச் சுட்டும் குறியீடு. Motacilla alba என்னும் இந்நீர்ப்பறவை, நிலப்பரப்பில் அமர்ந்துள்ளதாகக் காட்டப்பட்டுள்ளது.

2. இசைக்கருவிகள். பொதுவாக, இரண்டு கருவிகளையும் சேர்ந்து இசைப்பார்கள்.

பலரையும் தொடும் கேள்வி இது: உறவுகள் குறித்த விஷயங்களை எந்தத் தராசில் வைத்து அளப்பது?

செர்ரி மலர்களைச் சுட்டிக்காட்டித் இந்தப் பாடல் தொடங்குகிறது. செர்ரி மலர்கள் குளிர்காலத்தில் இலை உதிராமல் இருப்பவை. வசந்த காலத்திலோ மேலெல்லாம் பூவாய்ப் பூத்துக் குலுங்குபவை. ஒரு தோட்டத்தில் வசந்த காலத்தில் பூத்துக் குலுங்கும் பல மரங்களுக்கு இடையே ஒரு செர்ரி மரத்தை அடையாளம் காண்பது கடினமாக இருக்கலாம். ஆனால், கடுங்குளிர் காலத்தில் இது எளிது. தெரிந்தவர்கள் ஆயிரம் பேர் இருந்தாலும் சகோதரர்களுக்கு ஈடு இல்லை என்று இந்தப் பாடல் தீர்மானமாய்ச் சொல்கிறது.

இந்த எளிமையான ஆனால் முக்கியமான கருத்தையும் மீறி, இந்தப் பாடலில் உள்ள உவகையின் முழுமையான தன்மை நிறைவு தருவதாக இருக்கிறது. சகோதரர்கள் வந்திருக்கிறார்கள். மகிழ்வு, களிப்பு, இன்னிசை, உணவு, மது, மகிழ்வான வீடும் குடும்பமும் மகிழ்வான மனைவியும் மக்களும் என்று, இனிமையின் விகசிப்பை இந்தப் பாடல் விரித்துச் சொல்லிச் செல்கிறது.

துக்கம், குழப்பம் எல்லாம் நீங்கி, அமைதியும் சாந்தியும் நிலவுகையில், நண்பர்கள் சகோதரர்களைவிட மேலானவர்களாகத் தெரிவார்கள். எனவே, உறவுகளை அளக்கும் தராசு, வசந்தகாலமல்ல; குளிர்காலம்.

இருந்தோர்க்கும் விருந்தோர்க்கும் தந்திடவே

吉日　　**நல்ல நாள்**

吉日维戊　ஐந்தாம் நாள் நல்ல நாள்[1]
既伯既祷　பலிகள் இட்டோம்; வேண்டிக்கொண்டோம்
田车既好　திடமான நான்கு குதிரைகள் பூட்டிய
四牡孔阜　அழகான வேட்டைத் தேர்கள் ஓட்டி
升彼大阜　அந்த மலையிலே ஏறுகின்றோம்;
从其群丑　அந்த மந்தையைத் துரத்துகின்றோம்.

吉日庚午　ஏழாம் நாள் நல்ல நாள்[2]
既差我马　எம் குதிரைகளைத் தெரிவு செய்தோம்
兽之所同　விலங்கு மந்தைகள் கூடுகின்றன;
麀鹿麌麌　பிணை கலைமான்கள் குழுமுகின்றன
漆沮之从　ட்ச்சீ பகுதியிலே, சு பகுதியிலே[3],
天子之所　வானின் மைந்தன் நாட்டினிலே.

瞻彼中原　அவ்வெளி நடுவே நோக்குங்கள்
其祁孔有　அப்பெருவெளியில் நிறைந்துள்ளன
儦儦俟俟　பாய்வன, பாய்வன; நிற்பன, நிற்பன
或群或友　மந்தைமந்தையாய்; இணையிணையாக.
悉率左右　பரிவாரங்கள் சூழ வந்தோம்
以燕天子　வானின் மைந்தன் களிப்புறவே.

既张我弓　எங்கள் தனுக்களை ஏந்திவிட்டோம்
既挟我矢　எம் அம்புகளைப் பூட்டிவிட்டோம்
发彼小豝　காட்டுப்பன்றியை மாய்த்திட்டோம்
殪此大兕　காண்டாமிருகத்தை வீழ்த்திட்டோம்
以御宾客　இனிய மதுவும் உடன் ஊற்றி
且以酌醴　விருந்தினருக்கும் பகிர்ந்தளிப்போம்.

குறிப்புகள்:

1. சீன நாட்காட்டிக்கணக்கில், பத்துநாட்கள் கொண்ட 'வாரத்தில்' ஐந்தாவது நாள். இந்த நாட்காட்டியின் அடிப்படையில் நாட்கள் இப்பாடல் குறிப்பிடுகிறது.
2. சீன நாட்காட்டிக்கணக்கில், அறுபது நாட்கள் கொண்ட சுற்றில் ஏழாவது நாள்.
3. இடப் பெயர்கள்.

எளிமையாக, நேரடியாக, காட்டுப் புல்வெளியின் பசுமைவாசம் வீசும்படியாக எழுதப்பட்டுள்ள இந்தப் பாடல், வேட்டைக்குச் செல்லும் விவரங்களைச் சொல்கிறது. பலி இட்டு, வேண்டுதல்கள் செய்து, குதிரைகள் பூட்டிய தேர்களில் எல்லாரும் வேட்டைக்குச் செல்கிறார்கள். விலங்குகள் மந்தைமந்தையாகத் திரிகின்றன. கும்பலாகச் சென்று காட்டுப்பன்றி முதல் காண்டாமிருகம் வரை வேட்டையாடுகிறார்கள். உள்ளூர் மக்களும் விருந்தினராக வந்தவர்களுமாகச் சேர்ந்து வேட்டையாடிய விலங்குகளைச் சமைத்து உண்கிறார்கள். மதுக்கிண்ணங்கள் நிரப்பப்படுகின்றன.

கரடிக்கனவும் பாம்புக்கனவும்

斯干	**இவ்வோடை**
秩秩斯干	வளைந்து வளைந்து செல்லும் இவ்வோடை
幽幽南山	அமைதி கலையா மோனத்தில் தென்மலை
如竹苞矣	மூங்கில்வேரின் திடத்துடனே
如松茂矣	சூழுமரங்களின் செறிவுடனே
兄及弟矣	மூத்தவனும் இளையவனும்
式相好矣	இதயம் ஒன்றி வாழ்கவே
无相犹矣	சதிகள் இன்றி வாழ்கவே
似续妣祖	தாயும் தந்தையும் வம்சமும் தழைத்திட
筑室百堵	நூறு சுவருடன் மேற்கும் கிழக்கும்
西南其户	வாசல்கள் திறந்த மாளிகை சமைத்தான்
爰居爰处	இங்கு வசிப்போம்; இங்கு இருப்போம்
爰笑爰语	இங்குச் சிரிப்போம்; இங்குக் கதைப்போம்
约之阁阁	இணைக்கும் ஒலிகள் *'க!', 'க!'* என்னும்
椓之橐橐	அடிக்கும் ஒலிகள் *'த்வோ!', 'த்வோ!'* என்னும்
风雨攸除	மழையும் காற்றும் அணுகி வராது
鸟鼠攸去	எலியும் குருவியும் அண்டி வராது
君子攸芋	ஐயன் இங்கு நெடிது வாழ்கவே
如跂斯翼	முன்காலூன்றி எழும்பும் விலங்காய்க்
如矢斯棘	கூர்ந்து நிற்கும் அம்பின் முனையாய்ச்
如鸟斯革	செம்போத்துச் சிறகைச் சிலுப்பிக்கொண்டு
如翚斯飞	எம்பிப் பறந்து உயர்ந்ததைப் போன்றது.[1]
君子攸跻	ஐயன் இங்கு நெடிது இலங்கவே
殖殖其庭	சரிசமப் பரப்பாய் விரிந்தது முற்றம்
有觉其楹	எழும்பித் திடமாய் நின்றன தூண்கள்
哙哙其正	பகலில் அறைகள் கதிரால் நிறையும்
哕哕其冥	மாலை சாய்ந்தும் சுடரால் இலங்கும்
君子攸宁	ஐயனுக்கு இங்கு நிம்மதி நிலவவே
下莞上簟	கோரைப்பாய் கீழிட்டுத் தடுக்கினை மேலிட்டுக்
乃安斯寝	கவலை துறந்திட்டுப் படுக்கையில் உறங்கினான்
乃寝乃兴	உறங்கிக்கொண்டிருந்தான் – எழுந்துகொண்டான்
乃占我梦	'வந்த கனவினுக்குக் குறியொன்று சொல்லுங்கள்!
吉梦维何	வந்த கனவினிலே, நற்கனவு எது அது?
维熊维罴	கரடி இருந்தது; சடைக்கரடியும் இருந்தது
维虺维蛇	நாகம் இருந்தது; அரவுகளும் இருந்தன'

大人占之 维熊维罴 男子之祥 维虺维蛇 女子之祥	குறியாளர் கனவின் குறிப்பினை விளக்கிடுவார்: 'கரடி, சடைக்கரடி வந்த கனவெனிலோ ஆண்குழந்தை பிறக்கும் என்னும் குறியதுவே நாகம் அரவுகள் வந்த கனவெனிலோ பெண்குழந்தை பிறக்கும் என்னும் குறியதுவே
乃生男子 载寝之床 载衣之裳 载弄之璋 其泣喤喤 朱芾斯皇 室家君王	ஆண்குழந்தை இங்குவந்து பிறந்தக்கால், உறங்க வைத்திடவே தொட்டில் கிடைக்க அணிந்துகொள்ள அங்கிகள் கிடைக்க வைத்து விளையாட ரத்தினக்கோல் கிடைக்க[2] அழுகைச் சத்தங்கள் ஓங்கி ஒலிக்க செவ்வாடையால் செய்த காற்கவசம் அணிய[3] வீட்டின் தலைவன்; நாட்டின் மன்னன்.
乃生女子 载寝之地 载衣之裼 载弄之瓦 无非无仪 唯酒食是议 无父母诒罹	பெண்குழந்தை இங்குவந்து பிறந்தக்கால், உறங்க வைத்திடவே கட்டாந்தரை கிடைக்க அணிந்துகொள்ளத் துணிகள் கிடைக்க வைத்து விளையாடத் தறித்தட்டை கிடைக்க செல்லுமிடத்தில் பழியின்றிக் கேட்டு நடக்க பானங்கள் பண்டங்கள் குறித்தெல்லாம் கதைக்க தாய்தந்தைக்குக் கவலை விளைக்காது நடக்க.'

குறிப்புகள்:

1. அரண்மனையின் அமைப்பைச்சொல்லும் படிவங்கள்
2. மன்னரை அழைக்கச் செல்கையில் கையில் ஏந்திச்செல்லும் ரத்தினம் பதித்த கோல்
3. மன்னர் குல உரிமையான செந்நிற ஆடைகள் அணிதல்

ஒரு ஓடை போல் காலம் ஓடிக்கொண்டிருக்கிறது. அதைச் சுற்றி அமைதியாய், மர்மங்கள் பொதிந்ததாய், வாழ்க்கை இயங்கிக் கொண்டிருக்கிறது. என்ன நடந்தாலும், ஒரு வீட்டின் மக்கள் ஒத்து ஒன்றாய் வாழ வேண்டும் – மூங்கில் வேர்கள் ஒன்றையொன்று பலப்படுத்துவது போல்; மரச்செறிவுகள் கண்ணுக்குக் குளுமை தருவதைப் போல். இந்த வாழ்த்துடன் இந்தப் பாடல் தொடங்குகிறது.

வம்சம் தழைத்திருக்க மாளிகை கட்டுவதை விவரிக்கிறது பாடல். மரப்பலகைகளைப் பக்கவாட்டில் ஒன்றுடன் ஒன்று சேர்த்துக் கட்டி, ஒரு உயரமான நீள் செவ்வகப் பெட்டிபோல் செய்து, அதனுள்ளே மண்ணை நிரப்பி மெத்தினால், அறையின் ஒரு பக்கச் சுவர் அமையும். இப்படிப் பல சுவர்கள் எழுப்புகிறார்கள். செவ்வகமான மரப்பலகைகளை ஒன்றுடன் ஒன்று இணைத்துக் கட்டும்போது *'க!', 'க!'* என்ற ஒலி எழும்புகிறது. அந்த மரப் பலகைகளை இணைத்துச் செய்த செவ்வகப் பெட்டிகளைச் செங்குத் தாய் மண்ணில் நிறுத்தி, அவற்றினுள் களிமண்ணைக்கொட்டி நிரப்பி, திமிசுக்கட்டையால் மெத்தும்போது *'த்வோ!', 'த்வோ!'* என்ற ஒலி எழும்புகிறது. கட்டி முடித்த மாளிகை கம்பீரமாய் நிற்கிறது. பகலில் கதிரவனும் மாலையில் சுடரொளியும் வீட்டை நிரப்புகின்றன. அமைதியும் நிம்மதியும் நிலவுகின்றன.

அந்த மாளிகையில் உறங்கும் ஐயனுக்கு ஒரு கனவு வருகிறது. தூக்கத்திலிருந்து சட்டென விழித்தெழுகிறார். சீன மொழியில் *'ஸ்ஷிங்'* என்ற சொல்லும் *'ட்ச்சி'* என்ற சொல்லும் விழித்தெழுவதைக் குறிக்கின்றன. முன்னது, இரவில், தூக்கத்தினிடையே எழுவதைக் குறிக்கிறது. பின்னது, காலையில், தூங்கிமுடிந்தபின்பு எழுவதைக் குறிக்கிறது. இந்தப் பாடலில் *'ஸ்ஷிங்'* எனும் சொல் பயன்படுத்தப்படு

கிறது. கனவில் கரடி வருகிறது, பாம்பு வருகிறது. கனவின் பொருள் சொல்ல ஜோசியர் வருகிறார். கனவில் வந்தவற்றை வைத்து, பிறக்கப் போகும் குழந்தையைப் பற்றிச் சொல்கிறார். குழந்தை பிறந்தபிறகு எப்படி வளர்ப்பது என்று அறிவுரை சொல்கிறார். ஆண் குழந்தையை ஒரு இளவரசனாக வளர்க்கச் சொல்கிறார். பெண் குழந்தையை ஒரு மனைவியாக வளர்க்கச் சொல்கிறார். கடைசிப் பகுதியில் வரும் அறிவுரைகள் சீனாவில் இன்றும் ஒரு பெண் திருமணமாகி வீட்டைவிட்டுப் பிரியும்போது சொல்லப்படும் அறிவுரைகளை ஒட்டியுள்ளன. 'சொன்ன சொல் கேட்டு, வம்புதும்பு பேசாமல், பிறந்தவீட்டுக்கு விசனம் விளைக்காமல்...'

'ஈங்!', 'ஈங்!' எனும் சாணிவண்டுகள்

青蝇	சாணிவண்டுகள்

营营青蝇	'ஈங்! ஈங்!' எனும் சாணிவண்டுகள்,
止于樊	வேலிப்படல்களின் மீது
岂弟君子	பரிபாலிக்கும் இளவரசே,
无信谗言	நிந்திப்போர் சொல் நம்பாதே.

营营青蝇	'ஈங்! ஈங்!' எனும் சாணிவண்டுகள்,
止于棘	முள்வேலிகளின் மீது
谗人罔极	நிந்திப்போர்க்கு வரம்புகளில்லை,
交乱四国	நாட்டை ஆழ்த்துவார் இக்கட்டில்.

营营青蝇	'ஈங்! ஈங்!' எனும் சாணிவண்டுகள்,
止于榛	வேலிமரங்களின் மீது
谗人罔极	நிந்திப்போர்க்கு வரம்புகளில்லை,
构我二人	நம் இருவரையும் சிக்கவைத்தார்.

நாட்டின் நன்மையை எண்ணும் ஒருவரைப் பற்றி, மன்னனிடம் பழிகூறுகிறார்கள் நிந்தனையாளர்கள். உள்ளே நுழைய நினைக்கும் சாணிவண்டுகளின் பின்னணியில் இந்தப் பாடல் சொல்லப்படுகிறது. ஏன் சாணிவண்டுகள்?

சாணிவண்டுகள் எங்கும் நுழைய முயலும். சூரியஒளி படாத, நிழல் படர்ந்த இடங்கள் அவற்றுக்கு உகந்தவை. சாணியின் மீது பொதுவாகக் காணப்பட்டாலும் அழுகும் பொருட்களின்மீது, குறிப்பாக இறந்த உடல்களின் மீது இவை இருக்கும். மேலும், வாழும் விலங்குகளின் புண்காயங்களும் இவற்றுக்கு உவப்பானவையே. பெண் வண்டுகள் உண்ணும் இடத்திலேயே முட்டையிடுவன. பொதுவாக, இறந்த மிருகங்களின் உடல்மீது. முட்டைகள் விரைவில் பொரிந்து, புழுக்கள் – குஞுக்குப்புழுக்கள் – வெளிவந்தவுடன் உண்ணத் தொடங்குகின்றன. அந்தக் குஞுக்குப் புழுக்களுக்கும் சிறு கறுப்புநிறக் கொக்கிகள் – அழுகிய மாமிசத்தைக் கிழிப்பதற்கு – அமைந்திருக்கும். அவற்றின் எச்சில், மாமிசத்தை மிருதுவாக்கித் தரும். சில சமயங்களில், உயிருடன் இருக்கும் விலங்குகளின் புண் களில்கூடப் பெண்வண்டுகள் முட்டையிடுவதுண்டு. அம்முட்டை களிலிருந்து வெளிவரும் குஞுக்குப் புழுக்களும் உயிருள்ள அவ்விலங் கின் புண்ணிலிருந்து உண்ணத் தொடங்கும். சாணிவண்டுகள் தாவரங்களுடனும் தொடர்புடையவை. துர்நாற்றமுடைய தாவரத்தைத் தேடிச்சென்று அமர்வன. சாணிவண்டுகள் பளபளப்பானவை; ரீங்காரமிட்டபடியே இருப்பவை. அவை நாட்டின் வேலிப்படல்மீது அமர்வது சரியல்ல.

'ஈங்!' (*ying*) எனும் ஒலிக்குறிப்பு மூலத்திலிருந்து அப்படியே எடுத்தாளப்பட்டிருக்கிறது. கடைசிவரியின் 'சிக்கவைத்தல்' எனும் சொல், 'இணைத்தல், கோத்தல், சிக்குதல், பிணைத்தல்' எனும் பொருள்தரும் சொல்லிலிருந்து வருவதாகும். இந்த இடத்திலே, 'விலக்குதல், பிரித்தல், துண்டாக்குதல்' போன்ற பொருள்தரும் சொற்களேதும் பயன்படுத்தப்படாமை உரையாசிரியர்கள் ஒருசிலரை குழப்பியுள்ளது. இதை ஒரு காதல் பாட்டாக எடுத்துக்கொண்டு விளக்கம் எழுதியவர்களும் உண்டு.

பானம் தாருங்கள்; பண்டம் தாருங்கள்

绵蛮   **குட்டியாய் மிருதுவாய்**

绵蛮黄鸟   குட்டியாய் மிருதுவாய் மஞ்சள் குருவிகள்[1]
止于丘阿   மேட்டு விளிம்பிலே அமர்ந்திருக்கின்றன
道之云远   நீண்டு வளைந்து கிடக்கும் பாதை
我劳如何   நான் இங்கு மிகவும் களைத்திருக்கின்றேன்
饮之食之   'பானம் தாருங்கள்; பண்டம் தாருங்கள்
教之诲之   பாடம் சொல்லுங்கள்; சொல்லித் தாருங்கள்
命彼后车   பின்னால் வருகின்ற பல்லக்கு ஒன்றினை
谓之载之   விளித்து வாருங்கள்; அழைத்துச் செல்லுங்கள்'

绵蛮黄鸟   குட்டியாய் மிருதுவாய் மஞ்சள் குருவிகள்
止于丘隅   மேட்டு விளிம்பிலே அமர்ந்திருக்கின்றன
岂敢惮行   தொடர்ந்து அணியில் நடக்கவே எண்ணம்
畏不能趋   விரைய முடியாதோ என்பதே அச்சம்
饮之食之   'பானம் தாருங்கள்; பண்டம் தாருங்கள்
教之诲之   பாடம் சொல்லுங்கள்; சொல்லித் தாருங்கள்
命彼后车   பின்னால் வருகின்ற பல்லக்கு ஒன்றினை
谓之载之   விளித்து வாருங்கள்; அழைத்துச் செல்லுங்கள்'

绵蛮黄鸟   குட்டியாய் மிருதுவாய் மஞ்சள் குருவிகள்
止于丘侧   மேட்டு விளிம்பிலே அமர்ந்திருக்கின்றன
岂敢惮行   தொடர்ந்து அணியில் நடக்கவே எண்ணம்
畏不能极   போய்ச்சேர முடியாதோ என்பதே அச்சம்
饮之食之   'பானம் தாருங்கள்; பண்டம் தாருங்கள்
教之诲之   பாடம் சொல்லுங்கள்; சொல்லித் தாருங்கள்
命彼后车   பின்னால் வருகின்ற பல்லக்கு ஒன்றினை
谓之载之   விளித்து வாருங்கள்; அழைத்துச் செல்லுங்கள்'

குறிப்புகள்:
1. Oriole – மஞ்சள் கொழுப்பன் பறவை

ஒன்றின் பலமும் பலவீனமும் மற்றதனோடு ஒப்பிடப்படும்போது வருவதுதான். மேலும், பலமென்பது மற்றவரின் துயரை உணர்ந்து செயல்படத்தான். குன்றினை ஒற்றிய பாதை நெடிதாய் நீண்டுக் கிடக்கிறது. வீரர்கள் அணிவகுத்துச் சென்றுகொண்டிருக்கிறார்கள். களைத்துப் போயிருக்கிறார்கள். அவர்கள் தொடர்ந்து நடந்தபடியே இருக்கிறார்கள். அவர்கள் இரும்பால் செய்யப்பட்டவர்களா? அந்தக் குன்றினைப் போன்றவர்களா? அதோ, சிறு மஞ்சள் பறவைகள் பறக்கின்றன. மிருதுவாய் இருக்கின்றன. தேவைப்படும்போதெல்லாம் அக்குன்றின் மேட்டு விளிம்பில் அவை அமர்ந்துகொள்கின்றன. அவற்றுக்கு அக்குன்று இடம் தருகிறது.

அணிவகுப்பில் இருக்கும் ஒருவனின் களைப்பு வெளிப்படுகிறது. அவனுக்கு உதவவருகிறான் மற்றொருவன். பாடலின் ஒவ்வொரு பத்தியிலும் முதல் நான்கு வரிகள் முன்னவனின் வெளிப்பாடாகவும் அடுத்த நான்கு வரிகள் மற்றொருவனின் கூற்றாகவும் கொள்ளலாம். இப்பத்திகளின் எட்டுவரிகளையுமே ஒரு களைத்த வீரனின் சோர்வு பாதியும் ஆசை பாதியுமாகவும் பொருள் கொள்ளவும் இடமுண்டு. ஆனால் பாடலின் கூற்றுகள் சற்றே குறைபடும். வீரனுக்குப் பறவை ஒப்புமை போக, குன்றில் அப்பறவைகள் அமர்வது ஒருபக்கச் செயலாக மட்டுமே நின்றுவிடும். குன்று இடம் தந்து ஆசுவாசப் படுத்துவது பொருளற்றுப்போகும். கடைசி நான்கு வரிகளில் வெளிப் படும் அதிகாரமும் அன்பும் கலந்த கட்டளைகள், கழிவிரக்கத்தில் மட்டும் வெளிப்படும் வரிகளாக இருக்க முடியாது. எனவேதான் சீன உரையாசிரியர்கள் பெரும்பாலானோர் இந்தப் பாடலை ஒரு உரையாடலாகவே பொருள் கொள்கின்றனர்.

‘நில்’ என்றது; ‘இப்போது’ என்றது

緜緜	**பெருகுதல்**
緜緜瓜瓞	கொழித்துப் பெருகும் கொடிப்பூசணிகள்.
民之初生	மக்கள் முதலில் தோன்றியபோது
自土沮漆	*து* முதல் *ட்ச்சீ* வரை பரவி வாழ்ந்தனர்.[1]
古公亶父	*தான்–ஃபூ* காலத்தில் ஆதிமுன்னோர்கள்[2]
陶复陶穴	குகைகள் குடைந்தனர்; பள்ளங்கள் தோண்டினர்.[3]
未有家室	வீடுகள் எவையும் அப்போது இல்லை.
古公亶父	*தான்–ஃபூ* என்னும் நமது முன்னோர்
来朝走马	விடியும் வேளையில் குதிரையில் வந்தார்
率西水浒	*ட்ச்சீ* மலைச் சரிவு வருகிற வரையில்
至于岐下	மேற்கை நோக்கி ஆற்றோரம் பயணம்.
爰及姜女	*சியாங்* பெருமாட்டி துணையுடன் வந்து
聿来胥宇	இல்லம் அமைத்திடப் பார்வை இட்டார்.
周原膴膴	*ட்சாவ்* புல்வெளியோ பசுமை; வளமை
堇荼如饴	கள்ளிச் செடியும் இனிப்பாய் இருக்கும்.
爰始爰谋	எனவே தொடங்குக; திட்டம் தீட்டுக
爰契我龟	ஆமை ஓடுகளை எடுத்து வருக.[4]
曰止曰时	‘நில்’ என்றது; ‘இப்போது’ என்றது;
筑室于兹	‘இல்லம் இங்கே அமை’ என்றது.
乃慰乃止	எனவே தெளிந்தார்; அங்கே நின்றார்
乃左乃右	இடப்புறம் தன்னிலும் வலப்புறம் தன்னிலும்
乃疆乃理	குழிகள் பிரித்தார், வேலிகள் பிரித்தார்[5]
乃宣乃亩	நிலங்களை அமைத்தார்; காணிகள் அமைத்தார்
自西徂东	மேற்கில் இருந்து கிழக்கு வரையிலும்
周爰执事	எல்லாப் பணியையும் பொறுப்பையும் ஏற்றார்.
乃召司空	அழைத்தார் கட்டடப்பணியின் தலைவரை
乃召司徒	அழைத்தார் வேலையாட்களின் தலைவரை
俾立室家	அவர்களை வீடுகள் சமைத்திட வைத்தார்.
其绳则直	கயிறுகள் பிடித்து நேராய் அமைத்தனர்;
缩版以载	மண்ணை நிரப்பிப் பலகைகள் இறுக்கினர்;
作庙翼翼	மூத்தோர் மண்டபம் மாண்புற எழுந்தது.
救之陾陾	*‘ழங்! ழங்!’* என்று மண்ணை வெட்டினர்
度之薨薨	*‘ஹொங்! ஹொங்!’* என்று மண்ணைக் கொட்டினர்
筑之登登	*‘தங்! தங்!’* என்று கெட்டிப்படுத்தினர்
削屡冯冯	*‘ப்பிங்! ப்பிங்!’* என்று உளியால் இழைத்தனர்[6]

百堵皆兴	உழைப்பொலி எழுந்து முரசொலி அழுந்த
鼛鼓弗胜	உயர்ந்தன நூறாய் எழுந்தன சுவர்கள்.
乃立皋门	எழுப்பினர் அவர்கள் கோட்டை வாயிலை
皋门有伉	கோட்டை வாயில் உயர்ந்து நின்றது
乃立应门	எழுப்பினர் அவர்கள் அரண்மனை வாயிலை
应门将将	அரண்மனை வாயில் அகன்று நின்றது
乃立冢土	எழுப்பினர் அவர்கள் பலிபீடத்தினை
戎丑攸行	பெருமக்களின் போர்வலம் தொடங்க.
肆不殄厥愠	அவர்களின் சீற்றம் குறைந்துபோகாதிருந்தது
亦不陨厥问	நம் குலப்பெருமையும் தாழ்ந்துபோகாதிருந்தது
柞棫拔矣	முள்ளும்முள் மரங்களும் ஒழிக்கப்பட்டுச்
行道兑矣	சாலைகள் பாதைகள் திறக்கப்பட்டன
混夷駾矣	*க்குன்* இனத்தவர் ஓடிப்போனார்கள்[7]
维其喙矣	ஆ, எப்படித் திணறிப்போனார்கள்.
虞芮质厥成	பேதகம் செய்த *யு, முய்* இனங்களை[8]
文王蹶厥生	நெறிப்படுத்தியவர் வென் மன்னர் தானே
予曰有疏附	மொழிவோம்: மக்கள் தொடர்பு மங்காது உள்ளது
予曰有先后	மொழிவோம்: சித்தம் செயல்திறம் கூடி உள்ளது
予曰有奔奏	மொழிவோம்: மன்னர் பணியை ஏற்றல் உள்ளது
予曰有御侮	மொழிவோம்: மான மறவரின் மரபு உள்ளது[9]

குறிப்புகள்:

1. *து* நதி, இன்றைய *ஷான்ஸ்ஷி (Shaanxi)* மாநிலத்தின் *வெய்* நதியாகும். *ட்ச்சீ* நதி, இந்த மாநிலத்தின் மேற்குப்பகுதியில் உள்ளது.
2. *ட்சொவ்* குல மன்னர்களின் முன்னோர்.
3. பழங்கால உறைவிடங்கள். குகைகள் தவிர, குளிரான இடங்களில் பள்ளங்கள் தோண்டி, அவற்றில் உறங்கும் வழக்கம் இருந்ததற்கான அகழ்வாராய்ச்சித் தடயங்கள் பல கிடைத்துள்ளன.
4. அந்தக் காலத்தில் ஆமை ஓடுகளைத் தீயில் இட்டு, ஓடுகள் வெடித்துப் பிளப்பதை அடிப்படையாகக் கொண்டு, குறி சொல்லும் வழக்கம் இருந்தது.
5. பெரிதும் சிறிதுமாக நிலங்களைப் பிரித்தார்.
6. பழங்காலத்தில் திடமான சுவர்களை அமைக்க இந்த முறையைப் பயன்படுத்தினர். சுவரின் வெளிப்பக்கங்கள் போல் மரப்பலகைகளை இணைத்துக் கட்டி, அவற்றினுள் மண்ணை நிரப்பிக் கெட்டிப்பார்கள். கெட்டியான மண் நிரப்பிய ஒரு செவ்வக மர வடிவம், ஒரு சுவர் என்று ஆகும். இதுபோல், பல சுவர்களை எழுப்பி, அவற்றை ஒன்றாக்கிப் பெரும் வீடுகளும் அரண்மனைகளும் கட்டினார்கள். இப்படிச் சுவர்கள் எழுப்பும்போது உண்டாகும் ஒலிகளைக் குறிக்கின்றன இவ்வரிகள்.
7. எதிரி இனத்தவர்.
8. இப்பகுதிகளில் வாழ்ந்த இனங்கள்
9. கடைசி நான்கு வரிகளையும் வென் மன்னருடன் வந்து சேர்ந்துகொண்ட நால்வகை மக்களைக் குறிப்பதாகவும் ஒருசிலர் கொள்வர். எடுத்துக் காட்டாக, கடைசி வரி, அவமானத்திலிருந்து தப்பித்துக்கொள்வதற்காக வந்துசேர்ந்தவர்களைக் குறிக்கும்.

ஓர் இனம் வளர்வது என்பது பூசணிக் கொடி வேர் பிடித்து, கிளை பரவி, பூப்பூத்து, காய் காய்ப்பதைப் போல் இருக்கிறது. ஒரு சமூகம், காடாய், ஆறாய், மலையாய்க் கிடந்த இடத்தில் வளரத் திட்டமிடுகிறது. காடுகள் திருத்தப்பட்டு, பாதைகள் அமைகின்றன. கூட்டு உழைப்பில் வீடுகள் உருவாகின்றன. எதிரி இனங்களிடமிருந்து பாதுகாத்துக்கொள்கிறார்கள். இனம் வளர்கிறது பூசணிக் கொடி போல்.

நீரோட்டமான நடையில், நூற்றுக்கணக்கான ஆண்டுகளாய் விரிந்த ஒரு பெரும் கதையைச் சொல்கிறது இந்தப் பாடல்.

பெருங்கோடும் பஞ்சம் இது

云汉	**மேக நதி**
倬彼云汉	எங்கும் பரந்த மேக நதி,[1]
昭回于天	மின்னும் சுழலும் வானத்தில்.
王曰于乎	மன்னர் உரைப்பார்: ஐயகோ!
何辜今之人	இன்று மக்களிடையே என்ன குறை உண்டோ?
天降丧乱	வானின்று பெய்வது மரணமும் குழப்பமும்
饥馑荐臻	ஆறாத பசியும் பஞ்சமும் தொடரும்
靡神不举	போற்றி வணங்கா தெய்வம் இல்லை;
靡爱斯牲	படைத்துத் தராத பலியும் இல்லை
圭璧既卒	கோல்களும் மணிகளும் தீர்ந்துபோயின[2]
宁莫我听	ஏனெம்மைச் செவிமடுக்க யாருமில்லையோ?
旱既大甚	பெருங்கொடும் பஞ்சம் இது;
蕴隆虫虫	சுடு வேகம் உயர்கிறது.
不殄禋祀	பூஜை செய்வதை நிறுத்தியதில்லை
自郊徂宫	கோவிலிலிருந்து ஊர்ப்புறம் வரைக்கும்
上下奠瘗	வான்மண்ணுக்கு வேள்வியும் புதைப்பும்.[3]
靡神不宗	வேண்டாத தெய்வம் இல்லை;
后稷不克	*ஹொவ் சி*–ஆல் இயலவில்லை[4]
上帝不临	தெய்வம் மண்ணில் இறங்கவில்லை.
耗斁下土	தேசம் கண்டது அழிவும் பாழும்
宁丁我躬	ஏனிங்கு எமக்கிந்தத் துயர்கள் வந்தனவோ?
旱既大甚	பெருங்கொடும் பஞ்சம் இது;
则不可推	விடுபடுதல் இயலாதது
兢兢业业	அச்சம்! அச்சம்! பீதி! பீதி!
如霆如雷	மின்னலைப்போலே; இடியினைப்போலே.
周馀黎民	*ட்சொவ்*–இல் மிச்சம் இருப்போருக்குள்[5]
靡有孑遗	முழுதாய் இருப்போர் எவரும் இல்லை.
昊天上帝	பெருங்கடவுளே, விரிவானமே,
则不我遗	எங்களுக்கென்று எதுவுமில்லையே.
胡不相畏	இன்னும் அஞ்சாது வாழ்வது அரிது
先祖于摧	எம்முன்னோரும் சிதைந்தனர் இன்று.[6]
旱既大甚	பெருங்கொடும் பஞ்சம் இது;
则不可沮	நிறுத்திவிட முடியாதது.
赫赫炎炎	கொடுமை! கொடுமை! வெம்மை! வெம்மை!
云我无所	தப்ப இடமேதும் இல்லாது போனது
大命近止	பெரும்விதியோ எம்மை நெருங்குகிறது
靡瞻靡顾	காண்பாரில்லை, கண்ணெடுப்பாருமில்லை

群公先正	முந்தைய அமைச்சரும் அவரின் தலைவரும்[7]
则不我助	எம் உதவிக்கு வந்திடவில்லை
父母先祖	தாயே! தந்தையே! எம்முன்னோரே!
胡宁忍予	எங்ஙனம் எம்மைக் கைவிடலாகும்?
旱既大甚	பெருங்கொடும் பஞ்சம் இது
涤涤山川	மலையும் நதியும் பொட்டல் பொட்டல்
旱魃为虐	வறட்சித் தேவி வன்மையானவள்[8]
如惔如焚	அனலைப்போன்றாள்; தணலைப்போன்றாள்
我心惮暑	எம் இதயங்கள் வெயிலில் வேகும்
忧心如熏	துயர மனங்கள் கனலில் துவளும்
群公先正	முந்தைய அமைச்சரும் அவரின் தலைவரும்
则不我闻	எம் இறைஞ்சலுக்குச் செவிமடுக்கவில்லை.
昊天上帝	விரிவானமே, பெருங்கடவுளே
宁俾我遯	எம்மை நிலைகெட்டோட வைப்பதேன்?
旱既大甚	பெருங்கொடும் பஞ்சம் இது
黾勉畏去	பிரயாசிக்கின்றோம் நீக்கிடவே
胡宁瘨我以旱	எம்மை இப்பஞ்சம் இங்ஙனம் உறுத்துவதேன்?
憯不知其故	எம் அறிவுக்கு இது புரிபடாததேன்?
祈年孔夙	அறுவடை வேண்டுதல் அன்றே முடித்தோம்
方社不莫	தரணியும் திக்கும் தாழ்த்தாது துதித்தோம்[9]
昊天上帝	விரிவானமே, பெருங்கடவுளே
则我不虞	எம்மைக் காத்து உதவிடவில்லையே!
敬恭明神	வணங்கித் துதிப்போம் தூய தெய்வமே
宜无悔怒	சினமேதும் கொள்ளாது இருக்க வேண்டுமே.
旱既大甚	பெருங்கொடும் பஞ்சம் இது
散无友纪	சிதைக்கின்றது, அடங்காதது
鞫哉庶正	உளைந்துள்ளார் முதன்மையதிகாரி
疚哉冢宰	குலைந்துள்ளார் தலைமையமைச்சர்
趣马师氏	அசுவத் தலைவரும், அரண் முதல்வரும்
膳夫左右	அட்டில் தலைவரும், அறி பெரியோரும்
靡人不周	உதவ முயலாதோர் ஒருவருமில்லை
无不能正	உதவக்கூடியோரோ ஒருவருமில்லை
瞻卬昊天	நம்பி நோக்குவோம் விரிவானமே
云如何里	ஏனிங்கிப்படி வேதனையோ?
瞻卬昊天	நம்பி நோக்குவோம் விரிவானமே
有嘒其星	எண்ணிலடங்கா விண்மீன்கள் ஒளிரும்
大夫君子	பெரும் அறிவோரே, உயர்குலத்தோரே
昭假无赢	தவறாமல் நீவிர் வந்திடுவீரே

大命近止	பெரும்விதி எம்மை நெருங்குகிறது
无弃尔成	சேர்ந்த பலன்கள் நழுவலாகுமோ[10]
何求为我	எனக்காய் எதை நான் கேட்கின்றேன்?
以戾庶正	அதிகாரிகளின் அமைதிக்கே.[11]
瞻卬昊天	நம்பி நோக்குவோம் விரிவானமே,
曷惠其宁	எப்போது உன்னருளால் நிம்மதியோ?

குறிப்புகள்:

1. பால்வீதியை (milky way) மேகத்திலுள்ள விண்மீன்கள் நிறைந்த நதியாக உருவகித்துப் பார்த்தல் சீன மரபிலும் உண்டு. இதை மேகங்களின் நதி என்பர்.

2. கோல்களும் மணிகளும் – அதிகாரத்தை நிலைநாட்டும், வணக்கத்துக் குரிய மரகதக்கோல்கள் மற்றும் மரகத வளைய மணிகள்; கடவுள் வணக்கத்திலும் பயன்படுத்தப்படுவன.

3. பூசனைப்பொருட்களைத் தீயில் இட்டும் மண்ணில் புதைத்தும் வேண்டுதல்கள் செய்தல்.

4. ட்சௌ குலத்தோரின் புராண முன்னோர்; தானியங்களின் தலைவர்.

5. ட்சௌ நாடு.

6. வேண்டுதலுக்குப் படைக்கவும் பொருட்கள் எவையுமின்மையால் முன்னோரையும் போற்ற முடியாமை குறிக்கப்படுகிறது.

7. வானத்தினின்று காப்பாற்றும் காலஞ்சென்ற குறுநில மன்னர்களும் அவர்தம் அமைச்சர்களும்.

8. ஹான் பா எனும் வறட்சி தேவி. மழைத்தேவனின் காதலி. அவனால் அடையாளம் காணமுடியாத சூழலில் கொல்லப்பட்டவள்.

9. பூமி தெய்வத்தையும் திசைகளுக்கான தெய்வத்தையும் துதித்தல்.

10. தொடர்ந்து வேண்டுதல் செய்யத் தூண்டுதல்.

11. மக்களின் குறை நீக்க முடியாத அதிகாரிகள். மழை வந்தால் மக்கள் குறை தீரும்; அதிகாரிகள் அமைதி பெறுவர்.

வலியும் வேதனையும் கசியும் பாடல். வானம் பொய்த்துப் பூமி பிளந்து அனலும் கனலும் வீசும் சூழலில் வேண்டுதல் நடக்கிறது. வரிவரியாய் வரிவரியாய் அந்த வேண்டுதலின் வலி வெளிப்படுகிறது. காப்பாற்ற யாருமில்லையோ என்னும் கூவல் ஓங்கியொலிக்கிறது.

வானத்தில் விண்மீன்கள் குவிந்த பால்வெளியைக் காட்டித் தொடங்குகிறது பாடல்; மேகமின்மையைச் சுட்டவும் இப்படிமம் பயன்படுகிறது. பஞ்சத்தின் கொடுமையைப் பல்முகங்களிலும் அணுகுகிறது. வானத்திலிருந்து மழை பொழியாவிடில், என்ன பொழிகிறது? – மரணமும் குழப்பமும். (வானின்றி அமையாது ஒழுக்கு – குறள்) மண் மலடாகிறது; அழிவு தருகிறது. பஞ்சம் அச்சம் தருகிறது; பீதி கிளப்புகிறது. இடியின் ஒலியின்றி, மின்னலின் ஒளியின்றி, இயற்கையின் தீர்க்கம் சுடுகிறது. பஞ்சத்திலிருந்தோ எங்கும் தப்ப முடியவில்லை; தெய்வங்களோ எங்கும் தென்பட வில்லை. கண்ணெடுப்பாரில்லை; காண்பாரில்லை. எல்லாரையும் வேண்டிக்கேட்கும் கேள்விகள் பொட்டல்வெளியெங்கும் எதிரொலிக் கின்றன: எங்ஙனம் எம்மைக் கைவிடலாகும்? ஏனெம்மைச் செவிமடுக்க யாருமில்லையோ? எம்மை நிலைகெட்டோட வைப்பதேன்? ஏனிங்கிப்படி வேதனையோ? எப்போது உன் அருளால் நிம்மதியோ?

1.3 வேண்டுதல் பாடல்கள்

(颂 Song)

வானம் சமைத்த நெடுமலை

天作	**வானம் சமைத்தது**
天作高山	வான் சமைத்தது நெடு மலையை[1]
大王荒之	சீர் படுத்தினார் மாமன்னர்[2]
彼作矣	சமைத்தனர் அதனை
文王康之	மேம்படுத்தினார் வென் மன்னர்
彼徂矣	வந்தனர் அங்கே
岐有夷之行	டச்சீ மலையில் சீர்பாதை அமைந்தது
子孙保之	தலைமுறைகள் பேணட்டும்.

குறிப்புகள்:

1. *ட்ச்சீ* மலை. பாட்டின் கடைசியில் சுட்டப்படுகிறது. இன்றைய *ஷான்ஸ்ஷி (Shaanxi)* மாநிலத் தலைநகரான *ஸ்ஷி–ஆன் (Xian)* நகரின் மேற்கே, வெய் நதியின் மேற்கே உள்ளது.
2. மாமன்னர் – *தான் ஃபூ* மன்னர்; *ட்சொவ்* குலத்தின் முதல் பேரரசரான *வென்* மன்னரின் பாட்டனார்.

இயற்கை சமைத்த இடங்களில் மனிதம் வாழ்கிறது. ஓரிடத்தில் ஒரு மனிதகுலம் வாழ முடிவுசெய்து, அவ்விடத்தைச் செப்பனிட்டு, வேண்டியவரைக்கும் அதைச் சற்றே மாற்றி வாழத்தொடங்குகிறது. பெரும்பாலான நேரங்களில் இது ஒரு தலைவனின் மேற்பார்வையில் நடக்கிறது. அந்த இடம் வாழத் தகுந்ததாக மாறிய பிறகு, மேலும் மக்கள் வருகிறார்கள். மேலும் அந்த இடம் மாறுகிறது. சமன்வழிகள் உண்டாகின்றன.

அந்தச் சமன்வழிகள் யாருக்காக? அவ்வழிகள் வேண்டுமென்று முடிவுசெய்து அவ்வழிகளைத் தோற்றுவித்தவர்களுக்காகவா? அப்பாதைகளின் காரணமும் பயன்பாடும் ஒரு வகையில் அவற்றின் முடிவும்கூட, அச்சந்ததியை மட்டும் ஒட்டியதா? இந்தப் பாடலின் கடைசி வரி, நான்கு சீனச் சொற்களைக் கொண்டது:

பிள்ளை – பேரப்பிள்ளை – காப்பாற்றுதல் – தொடர்ச்சி

முதல் இரண்டு சொற்களும் ‘தலைமுறைகள்’ என்ற பதத்தை அளிக்கின்றன. இந்தப் பாடலில் சொல்லப்படும் பாதைகள் அடுத்த தலைமுறைகள் பயன்படுத்துவதற்காகச் செய்யப்படவில்லை; அவர்களும் காப்பாற்றி, ஓம்பி வரவேண்டும் என்றே செய்யப்படுகின்றன. முன்னோர் கொடுத்த கொடைகள், அடுத்த தலைமுறைக்குக் கையளிப்பதற்காக. இந்த இரண்டு காலகட்டத்திற்கும் இடையிலே நம் தலைமுறை அனுபவிப்பதும் நிகழும். இயற்கை சமைத்த நெடுமலையும் மனிதர் சமைத்த சமன்வழிகளும் என்றென்றும் ஓம்பி, அடுத்த தலைமுறைக்குத் தருவதற்காக.

நீண்ட புருவம் தந்திடுவீர்

雝	இணக்கம்
有来雝雝	வருகை தருகிறார், இணக்கம், இணக்கம்.
至止肃肃	வந்து தோன்றுவார், அடக்கம், அடக்கம்.
相维辟公	ராஜகுலச் சிற்றரசர் அவையில் துணையிருக்க
天子穆穆	தேவமகன் தோன்றுவார், கம்பீரம், கம்பீரம்.
于荐广牡	‘வருக இப் பெருங்கிடாவைப் பலியிட
相予肆祀	உதவுக இந்த அவ்வியத்தைப் படைக்க
假哉皇考	அரச குலத்தின் முன்னோர் போற்றி!
绥予孝子	ஆற்றுவீர் எம்மை குலம்தொழு தோன்றலை.
宣哲维人	கற்றுத் தெளிந்துச் சிறந்தவர் நீரே
文武维后	அவையும் படையும் ஆள்பவர் நீரே
燕及皇天	வானோர் அருகே அமைதியில் இருப்பீர்
克昌厥后	உம்குலம் செழிக்கச் செய்வீர் நீரே
绥我眉寿	நீண்ட புருவம் தந்திடுவீரே[1]
介以繁祉	செல்வம் பெருக்கிக் காத்திடுவீரே
既右烈考	மாண்பெரும் தந்தையோர் வாழ்த்துகவே!
亦右文母	பண்புசேர் தாயோர் வாழ்த்துகவே!’

குறிப்புகள்:
1. நீண்ட புருவம் – நீண்ட ஆயுளைக் குறிக்கப் பயன்படுகிறது.

வேண்டுதல் என்பது இறைஞ்சுதல் என்பதினின்று சற்றே மாறு படுகிறது. ஓர் அரசன், தனது குடிகளுக்காக வேண்டிக்கொள்கிறான். குல முன்னோர்கள் வாழ்த்தி ஆற்றுப்படுத்த வேண்டுகிறான். பெருங்கிடா பலி தரப்படுகிறது. போற்றுதல்கள் ஓங்கி ஒலிக்கின்றன. முன்னோர்கள் செம்மல்கள். கலை மற்றும் வீரத்தைச் சுட்டும் வென் – வூ எனும் சொற்கோவை இங்குப் பயன்படுத்தப்படுகிறது. தேவர்களும் அமைதிபெறும் வகையில் மேலுலகில் அமைந்திருப்ப வர்கள். அவர்களிடத்தே நீள் ஆயுளும் பன்மடங்கு செல்வமும் வேண்டுகிறான்.

இந்த வேண்டுதல்கள் இறைஞ்சல்களில்லாமல், கம்பீரத்துடன் சொல்லப்படுகின்றன. மன்னனும் இணக்கமும் அடக்கமும் வணக்கமும் கம்பீரமுமாகவே சபையில் வீற்றிருக்கிறான். குறுமன்னர்கள் வணங்கும் பேரரசன் என்பதும் குறிக்கப்படுகிறது. குலத்தை வணங்கும் இவனும் மாண்பெரும் தந்தையோரும் பண்புசேர் தாயோரும் சென்றுசேர்ந்த வழியே சென்று, தேவர்களுக்கு அமைதி தரும்படி வானுலகில் வீற்றிருக்கப்போகிறவன்.

தோள்சுமை

访落　　　　　சபை தொடங்குக

访予落止　　வந்தோம் யாம்; தொடங்குக சபை
率时昭考　　சுடர்மிகு முன்னோர்வழி நடக்கவே

于乎悠哉　　கவலை எம்மைப் பீடிக்கிறது
朕未有艾　　பக்குவமின்மை பாதிக்கிறது
将予就之　　குலத்தின் மாண்பெரும் கனவுகளை
继犹判涣　　நிறைவுறச் செய்ய உதவிடுவீர்
维予小子　　நானோ வெறும் சிறு மதலை
未堪家多难　குலமெதிர் நோக்கும் இடுக்கணுக்கு நிகரல்லேன்
绍庭上下　　உயர்ச்சி தாழ்ச்சி குலச்சபையின் வழியில்
陟降厥家　　ஏற்றம் இறக்கம் சமன் தவறா நிலையில்[1]
休矣皇考　　வரமெமக்குத் தருவீர் குல முன்னோரே
以保明其身　உம் சுடர் ஒளிகொண்டு இச்சீவன் காப்பீரே

குறிப்புகள்:

1. இவற்றையெல்லாம் நடத்திட உதவிடுவீர் என்ற வேண்டுதல்

ராஜாங்க பாரம் பெருமைக்குரியது; சக்திபொதிந்தது; அரிதானது. ஆயினும், பாரம்தான். குலத்தின் வழிவந்த மன்னனுக்கு, குலத்தின் பொன்னும் பொருளும் மணியும் மதிப்பும் கூடுகின்றன. கூடவே, குலத்தின் கனவுகளும் அவற்றைக் குலைக்கவரும் இன்னல்களும் இடுக்கண்களும் சேர்கின்றன. உலகம் ஒப்பிடும்தன்மை கொண்டது. யாருடன் ஒப்பிடப்படுகிறோம் என்பதைத் தீர்மானிக்கவியலாச் சூழலில், முன்சென்ற சுடரொளிகள் கண்கூசச்செய்கின்றன. ஒரு மதலையாய்த் தன்னை உணர்கிறான் மன்னன். மதலைக்கு முன்போ மலைபோல் இடுக்கண்கள்.

ஒரு மன்னனின் வேண்டுதல் பலவகைப் படலாம். ஆள்பலம் வேண்டலாம், ஆனைபலம் வேண்டலாம்; பொருள்வகை வேண் டலாம்; பொருதும்துணை வேண்டலாம். இவையனைத்தும் கருவிகளே. கருதாத கருவி மண்ணாகும். இதையறிந்த இம்மன்னன், கருதும் திறன் வேண்டுகிறான். சமன் தவறாத் திடமுடிவுகள் எடுத்து அவற்றைச் செயல்படச் செய்யும்படித் தன்னை நடத்த வேண்டுகிறான்.

'உயர்ச்சியும் தாழ்ச்சியும்' என்று தொடங்கும் வரியும், அதற்கடுத்த வரியும் பல்வேறு உரைக்கோள்களுக்கு இடம் தருகின்றன. ஆனால் ஒரு வேண்டுதல் தொனியே சரியாகப்படுவதாகப் பல சீன விளக்க நூல்கள் கருதுகின்றன.

ஒவ்வொரு விதையிலும் வாழ்வின் ஈரம்

良耜　　நல்ல ஏர்க் கலப்பை

畟畟良耜	கூரிய நல்ல ஏர்க் கலப்பை
俶载南亩	தென்காணியிலே தொடக்கம்.
播厥百谷	தானியம் பலவும் விதைக்கின்றார்
实函斯活	ஒவ்வொரு விதையிலும் வாழ்வின் ஈரம்.
或来瞻女	பொருட்கள் பண்டங்கள் கொணர்கின்றார்
载筐及筥	கூடைகளில் மற்றும் வட்டிகளில்.
其饷伊黍	அவர்கள் கொணர்வது நற்சோளம்
其笠伊纠	தலையில் வட்ட மூங்கில் தொப்பி
其鎛斯赵	அந்தக் கலப்பைகள் ஆழ உழுவன
以薅荼蓼	கள்ளியும் பூண்டும் அகலச் செய்வன
荼蓼朽止	கள்ளியும் பூண்டும் அழுகும் நிலத்தில்
黍稷茂止	கம்பும் தினையும் செழித்து வளரும்.
获之挃挃	அறுப்போர் முன்பு சரசரக்கின்றன;
积之栗栗	அடுக்கப்பட்டுத் தலையாட்டுகின்றன.
其崇如墉	சுவரின் உயரமாய் அடுக்கப்பட்டன;
其比如栉	சீப்பின் பற்களாய் வரிசைப்பட்டன.
以开百室	களஞ்சியம் யாவும் திறக்கப்பட்டன.
百室盈止	களஞ்சியம் யாவும் நிறைந்துவிட்டாலோ
妇子宁止	மனைவி மக்களுக்கு அமைதி நிலவும்.
杀时犉牡	கிளைத்து வளைந்த கொம்புகள் கொண்ட
有捄其角	கறுப்புக் கிடாவைப் பலியாய்க் கொடுத்தோம்
以似以续	நாமே வெல்வோம்; நாமே தொடர்வோம்
续古之人	தொடர்வோம் நமது முன்னோரைத் தானே.

வாழ்வின் ஈரம் எங்கிருக்கிறது? எங்கிருந்து வருகிறது?

விவசாயிகள் கூரிய ஏர்க்கலப்பைகளைக் கொண்டு நிலத்தை உழுகிறார்கள், கள்ளியும் பூண்டும் சேர்ந்து உழுத நிலத்தில் விளைச்சல் பெருகும் என்று பாட்டுப் பாடியபடி. விதைக்கின்றார்கள்; பாடுபட்டு உழைக்கின்றார்கள்; கழனியில் பண்டங்கள் கொண்டுவந்து பகிர்ந்து உண்கிறார்கள்; அறுவடை செய்கிறார்கள்; அடுக்குகிறார்கள்; களஞ்சியங்களை நிரப்புகிறார்கள். மனைவி, மக்கள், தெய்வம், முன்னோர் என்று எல்லாரும் இந்த வாழ்வின் சுற்றில் தொடப்படு கிறார்கள். உண்ணல், உழைத்தல், அழைத்தல், கொடுத்தல், களித்தல், வேண்டுதல் எனும் சாதாரண நடவடிக்கைகளில் வாழ்வின் ஈரம் கசிகிறது. எங்கிருந்து வருகிறது இந்த ஈரம்? எங்கோ என்றோ யாரோ ஒருவரின் பசித்த வயிற்றுக்குப் போய்ச் சேரப்போகிறது இந்த அரிசி என்ற உணர்வு காற்றின் கிசுகிசுப்பாய் மறைந்திருக்க, விதைக்கப்படும் ஓராயிரம் விதைகள் ஒவ்வொன்றிலும் காலம்கால மாய் இந்த ஈரம் இருந்துவருகிறது. அதை ஒற்றை வரியில் இந்தப் பாடல் சொல்லிச்செல்கிறது.

பலிகொடுக்கப்படும் கிடாவின் வளைந்து கிடக்கும் கொம்புகள், நல்ல பயனைத் தரும் என்பது நம்பிக்கை. இது காலங்காலமாய் சந்ததி சந்ததியாய் ஒன்றையொன்று பின்னிப்பிணைக்கும் உறவைக் குறிப்பதாகவும் உரையாசிரியர்கள் சிலர் பொருள் சொல்லியிருக் கிறார்கள்.

பறவைநாகக் கோடியும் பத்து ரதங்களும்

玄鸟	**கரும்பறவை**
天命玄鸟	வானம் பணித்தது, கரும்பறவையைக்
降而生商	கீழிறங்கி *ஷாங்* குலம் தோற்றுவிக்க[1]
宅殷土芒芒	*யின்* நிலமெங்கும் பரவிப் பரவி வாழ்ந்தனர்.[2]
古帝命武汤	ஆதி மன்னர் பணித்தார் *த்தாங்* மறவனை[3]
正域彼四方	நான்கு எல்லைகள் வரைக்கும் ஆண்டு வர.
方命厥后	நவநாடுகளும் எனதே என்றான்[4]
奄有九有	நிலமெல்லாம் அவனைச் சேர்ந்தது.
商之先后	*ஷாங்* குலத்தோர் பணிக்கப்பட்டார்
受命不殆	மென்மேலும் சிறந்திடப் பாடுபட்டார்
在武丁孙子	*வு திங்* குலத்து மக்கள் வந்திட்டார்.[5]
武丁孙子	*வு திங்*–இன் வழித்தோன்றல்கள்
武王靡不胜	மாமன்னர்களுக்குக் கூட மருண்டுவிடாதவர்.
龙旗十乘	பறவைநாகக் கொடியும் பத்து ரதங்களும்,[6]
大糦是承	பெரும்அவிப்பொருளும் அமைந்தவர்கள்.
邦畿千里	ஆயிரம் காதத்து அரசினிலே
维民所止	மக்கள் வாழ்க்கை தழைத்தது;
肇域彼四海	நான்கு கடல்கள் வரைக்கும் ஆட்சி விரிந்தது.
四海来假	நாற்கடல் திக்கும் மக்கள் வந்தனர்
来假祁祁	மக்கள் வந்தனர் திரள்திரளாக;
景员维河	நடுவே நதியும் விரிந்த நாடும்.
殷受命咸宜	யின் நாடு பணிக்கப்பட்டது மிகப்பொருத்தம்.
百禄是何	நூறுசெல்வமும் பொருந்தி வாழ்கவே.

குறிப்புகள்:

1. *ஷாங்* – அரசகுலப்பெயர்
2. *யின்* – நாட்டின் பெயர்
3. *த்தாங்* – ஒரு மன்னனின் பெயர்
4. ஒன்பது குறுநாடுகளாக இருந்த நிலம்
5. *வு திங்* – ஒரு மன்னனின் பெயர்
6. பறவைநாகம் – டிராகன் (Dragon)

தேவகட்டளையால் ஒரு கரும்பறவை இறங்கி வருகிறது. ஒரு ராணி, அப்பறவையின் முட்டையை உண்டு கருவுறுகிறாள்... குல புராணக் கதைகள், கேள்வியின் பதிலாகவும் சிந்தனையின் வெளியாகவும் நிலைக்கின்றன.

ஷாங் குலத்தின் கதையை, கரும்பறவையை வானம் பணித்ததிலிருந்து தொடங்கி விவரிக்கிறது இந்தப் பாடல். புராண நிலங்களும் மனிதர்களும் குறிப்பிடப்படுகின்றனர். நிலம் வசப்படுத்தப்படுவதும் *வு திங்* வம்சமும் குறிப்பிடப்படுகிறது. *வு திங்*–இன் காலம் கி.மு. 1300 என்பது புராணம். அவர்களின் வழிவந்தோரால் நாடு பெருகியதைச் சொல்லி, அது பொருத்தமானது என்று வாழ்த்துவதுடன் முடிகிறது.

இங்கு, டிராகன் பற்றிச் சொல்ல வேண்டும். தமிழில் இது, வலுசர்ப்பம் என்றும் பறவைநாகம் என்றும் குறிப்பிடப்பட்டுள்ளதைக் காண முடிகிறது. சீனப்புராணத்தின் பறவைநாகம், தீநாகம் என்று அறியப்படும் தீ உமிழும் பெரும்பாம்பு அல்ல. இது, நீர் உமிழ் நாகம். கடலின் ஆழத்தில் வசிப்பது; மேகங்களின் இடையே திகழ்வது. மிகவலிவானது, வேகமானது; எனவே, அமைதியானது. சீனாவின் டிராகன் என்று சீனாவுக்கு வெளியே பரவலாக அறியப்படும், வாயில் நெருப்புடன் வரையப்படும் டிராகன் படங்கள் தவறானவை.

பகுதி 2
கட்டுரைகள்

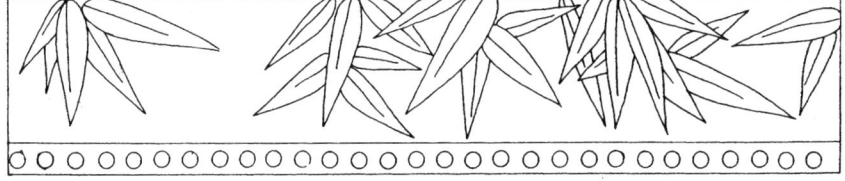

கவித்தொகையின் பாடல்கள் எவற்றைப் பற்றியவை?

பாடல்களில் உள்ள கருத்து மற்றும் தகவல்களின் எடுத்துக்காட்டுத் தொகுப்பு

பொருள் சொல்வதில் உள்ள சிக்கல் ●
நாட்டுப் பாடல்கள் ●●
சிறுவிழாப் பாடல்கள் ●●●
பெருவிழாப் பாடல்கள் ●●●●
வேண்டுதல் பாடல்கள் ●●●●●
முக்கியத்துவம் ●●●●●●

கட்டுரை

பொருள் சொல்வதில் உள்ள சிக்கல்

கவித்தொகையின் பாடல்கள் எவற்றைப் பற்றியவை? இந்த எளிமையான கேள்விக்கான பதில் சிக்கலானது. கவித்தொகையின் பாடல்களின் பொருள் எந்த அளவுக்கு உரையாசிரியர்களால் காலந்தோறும் மாற்றப்பட்டது என்பதைக் 'காலந்தோறும் கவித்தொகை' என்ற கட்டுரையில் காணலாம். பாடலின் சூழலும் பாடும் கதாபாத்திரங்களும் பாடலின் நோக்கமும் என எல்லாக் கூறுகளுமே பல முறை வலிந்து மாற்றப்பட்டதால் கவித்தொகையின் பாடல்கள் எவற்றைப் பற்றியவை என்பதற்கு நேரடியான பதில் இல்லை. வலிந்து சொல்லப்பட்ட பொருள்களையெல்லாம் விட்டுவிட்டுப் பாடலின் வரிகளை நேரடியாக அணுகினால் என்ன பொருள் வருமோ, அதைக் கொள்வதே நல்லது என்று இக்காலத்தில் பலரும் ஒப்புக்கொள்கிறார்கள். இதிலும் அணுகுபவர் யார், அவருக்கு எந்த அளவு கவிதையை ரசிக்கும் மனமும் இலக்கிய அறிவும் கவி அனுபவமும் இருக்கிறது என்பவை முக்கியமாகின்றன. ஆனாலும் பெரும்பாலான பாடல்களுக்குத் தெளிவான, பொதுவாக ஒப்புக்கொள்ளக்கூடிய பொருள் விளக்கம் உள்ளது. ஒரு சில பாடல்களுக்கு எல்லாரும் ஒப்புக்கொள்ளும்படியான பொருள் இல்லை. சீன மூலத்திலேயே இப்படி என்பதால் மொழி பெயர்ப்புகளில் வேறுபாடுகள் அதீதமாகிவிடுகின்றன.

நாட்டுப் பாடல்கள்

நாட்டுப் பாடல்கள், அவற்றின் குணத்திற்கேற்ப கிராமப்புற மக்களின் அன்றாட வாழ்க்கையைப் பின்னணியாகக் கொண்டு அவர்களின் உணர்ச்சிகளைச் சொல்கின்றன. எடுத்துக்காட்டாக, காதலும் காதலர்களின் பிரிவும் நினைவும் அடக்க ஒடுக்கமான பெண்களும் தாவரங்களும் பூச்சிகளும் உறவினர்களின் வீடுகளும் வாழைப்பழங்களும் மஞ்சள் நதியும் புதுமணப்பெண்ணும் மரம் வெட்டுதலும் குயில்களும் அவற்றின் கூடுகளும் வெட்டுக்கிளிகளும் தும்பிகளும் கீரை பறித்தலும் பேரிக்காய்களும் ஊர்ப்பெரியவர்களுக்கு மரியாதையும் காலைப் பனியும் பிடிக்காத திருமணமும் ஆட்டுத் தோல் ஆடைகளும் இடி இடித்தலும் குமுறும் மனமும் காதலனுக்குக் காத்திருத்தலும் துயரம் குறித்து அலுத்துக்கொள்ளுதலும் நதி பிரிந்து மீண்டும் கூடுவதும் வேட்டையாடி அதைப் பரிசாக அவளுக்குத் தருவதும் மீன்களும் இறைச்சியும் படகும் இரண்டாவது மனைவி வந்ததால் வாழ்க்கை குலைந்து வருந்துவதும் சிட்டுக் குருவிகளும் கணவன் இறந்த பின்பு பிறந்த வீட்டுக்குத் திரும்பிவரும் துன்பமும் கிண்டலடிப்பவனை விரும்பும் மனதை நோவதும் ஊதக்காற்றும் மத்தளங்களும் திருமண வாக்குறுதி எடுத்துக்கொள்ளுதலும் போருக்குச் சென்று திரும்புமுன் வேறு ஒருவனைத் திருமணம் செய்துகொண்ட மனைவியும் ஏழு பிள்ளைகளைப் பெற்றும் துயரில் கிடக்கும் தாயும் சேவல்களின் கூவலும் வேலை காரணமாகப் பிரிந்து செல்லுதலும் படகோட்டிகளும் பள்ளத்தாக்கின் வேகக் காற்றும் எழும்பிப்பறக்கச் சிறகில்லையே என்ற ஏக்கமும் செய் நன்றி மறக்கும் மனிதர்களும் சேற்றில் நின்று குழம்புவதும் உதவிக்கு வராத உறவினர்களும் நாட்டியமும் பாட்டும் சுனைகளும்

வறுமையும் விதியும் அரசாங்க வேலையும் வெள்ளைப்பனியும் காகங்களும் கிணற்றடியில் ரகசிய சந்திப்பும் ஊதுகுழலும் மனதின் வலியும் இறப்பும் பிரிக்காதென்னும் உறவும் கீறும் முட்களும் பெரும் மலைகளும் மணிகளும் புத்தாடைகளும் நதிக்கரையில் காத்திருப்பதும் பறவைகள் கொத்துவதும் குன்றின் மீது ஏறுவதும் குதிரைகளும் எலி போன்ற அருவருப்பான மனிதர்களும் சாக வேண்டும் என்கிற சாபமும் நான்கு குதிரை பூட்டிய தேர்களும் மனதுக்குள் போடும் திட்டங்களும் தலைப்பாகையில் மின்னும் மணிகளும் வாக்குறுதிகளும் கோரைப்புற்களும் திருமணத்துக்குத் தூது செல்பவர்களும் கண்ணீர்த்துளிகளும் குற்றம் சொல்லுதலும் சகோதரர்களின் சண்டையும் சத்தியம் தவறுதலும் மூங்கில் குச்சிகளும் கிறங்கடிக்கும் புன்னகையும் மணியாரங்களும் குத்தல் பேச்சும் மழையும் தலைக்கு எண்ணெயிட்டு வாருதலும் நரிகளும் சென்றவனை நினைத்துப் பைத்தியம் போல் அலைதலும் 'அட தெய்வமே!' என்று புலம்புவதும் மாலை வருத்துவதும் ஆடுமாடுகள் மேய்ப்பதும் ஒன்றுபட்டால் வாழ்வு உண்டு என்பதும் தேம்பித்தேம்பி அழுவதும் பெருமூச்சு விடுவதும் இளமையின் துள்ளலும் முதுமையின் கடுமையும் ஒரு நாள் பிரிவுகூட மூன்று ஆண்டுகள் போல் தோன்றுவதும் மரணம் இணைத்த ஜோடியும் ஆடை அணிகலன்களும் சுவரேறி வருபவனை ரகசியமாகத் திரும்பப் போகச் சொல்லுவதும் மது அருந்துவதும் ஈட்டிகளும் உயிர்த்தியாகம் செய்தலும் 'இன்னும் நினைக்கிறேன் என்பதற்காகக் கோபப்படாதே!' என்றலும் உதிரும் இலைகளும் மாமன்களும் பெரியவர்களும் சோறு உண்ணப் பிடிக்காததும் 'உன்னை விட்டால் எனக்கு வேறு ஆளில்லையா?' என்பதும் வீடுகளின் வரிசையும் நீலச்சட்டையும் நடையாய் நடந்து காத்திருப்பதும் 'அவர்களை நம்பாதே' என்பதும் புது வாழ்க்கை பற்றிய அச்சமும் 'என் ஆடையை உடுத்திக்கொண்டாவது போருக்குக் கிளம்பி வா' என்பதும் சித்தப்பாக்களும் 'முளைத்தது போல் வளரவில்லை' என்பதும் பனிக்காலமும் கோடையும் சணல் பின்னுவதும் புது ஊரில் சுனையருகே பெண் தேடலும் வெள்ளி முளைத்தும் வராத காதலியும் ஆந்தைகளும் கோடாரி கொண்டு முட்செடியை வெட்டுவதும் 'பட்டால்தான் புரியும் உனக்கு' என்பதும் வெண்ணிலவும் காதலின் வலியும் தொலைதூரப் பயணங்களும் தூக்கம் வராமல் புரளுவதும் 'உன்னை நினைக்காதிருப்பது எப்படி?' என்பதும் 'ஒரு பார்வையே வதைக்கிறதே' என்பதும் 'என்னையும் கூட்டிச் செல்லேன்?' என்பதும் சொந்தபந்தச் சிக்கலில்லாது தாவரமாய் இருத்தலின் இன்பமும் சலனமேயில்லாத் தெருவை வெறித்திருப்பதும் பட்டாம்பூச்சிகளும் காதலைச் சொல்ல முடியாத கோழையான படைவீரர்களும் 'இளைய தலைமுறைக்குச் சரியான நடத்தையில்லை' என்பதும் அருவிகளும் சோளக்கதிர்களும் ஊரை நினைத்து ஏங்குதலும் விவசாய சமூகத்தின் வாழ்க்கைச் சக்கரமும் பருவங்களின் மாற்றமும் வலியோர் மெலியோரை வருத்துவதும் பட்டுப்பூச்சிகளும் சிலந்தி வலைகளும் நல்ல சகுனமும் திருமணப் பாடல்களும் விறகு அடுப்புகளும் கருணையும் பெற்றோரிடம் திருமணம் பேச யாரையாவது அனுப்பச் சொல்லுதலும் மீன் பிடித்தலும் பூவேலை செய்யப்பட்ட பட்டாடைகளும் ஓநாய்களும்

உயரமான கம்பீரமான ஆண்களும் இந்த நாட்டுப் பாடல்களில் இடம் பெறும் விஷயங்களாகின்றன. பல பாடல்களில் இடம்பெறும் இயற்கை வர்ணனைகளும் தாவரங்களும் விலங்குகளும் அந்தந்தப் பாடல்களில் சொல்லப்படும் உணர்ச்சிகளுக்குப் பலம் சேர்ப்பவையாக இருக்கின்றன. ஒரு சில பாடல்கள் உரையாடல் தன்மையில் அமைந்திருக்கின்றன.

சிறுவிழாப் பாடல்கள்

விழாப் பாடல்களில், வசதியான வாழ்க்கைச் சூழலும் அம்மனிதர்களின் பழக்க வழக்கங்களும் அரச காரியங்களும் பதிவாகின்றன. அரண்மனை விழாக்களில் பாடப்பட்ட சிறுவிழாப் பாடல்களில் சொல்லப்படும் விஷயங்களுக்கும் அரண்மனைச் சடங்குகளின்போது பாடப்பட்ட பெருவிழாப் பாடல்களில் சொல்லப்படும் விஷயங்களுக் கும்கூடத் தனித்தன்மைகொண்ட வேறுபாடு இருக்கிறது. எடுத்துக் காட்டாகச் சிறுவிழாப் பாடல்களில் வாத்தியங்கள் இசைப்பதும் விருந்தினர்களும் மதுவும் களித்திருப்பதும் கரும்பிடரி கொண்ட வெள்ளைக் குதிரைகளும் மன்னர் இட்ட ஆணையை நிறைவேற்ற வேண்டியிருப்பதும் ஊர் திரும்பித் தாய்க்கு உணவளிக்க நினைப்பதும் தூதுவர்களின் பயணமும் சகோதரர்களின் துணையும் பலமும் அண்ணன்களும் தம்பிமார்களும் முன்னோர்களின் ஆவிகள் ஆசீர்வதிப்பதும் உதய சூரியன்போல் வாழ வாழ்த்துவதும் போரில் இழந்த ஊரை நினைப்பதும் தேவமகனான மன்னனின் ஆணையும் கோட்டைக்கொத்தளங்கள் எழுப்புவதும் சரக்கு வண்டிகளும் விரோதிகளைச் சிறையெடுப்பதும் ஆமை ஓடுகளையும் பறவைகளின் இறகுகளையும் கொண்டு சகுனம் பார்த்துவிட்டுப் போருக்குப் புறப்படுதலும் அமைதிக்காலத்தில் மீனும் மதுவும் பகிர்ந்து உண்ணுதலும் தேவலோக வாழ்த்துகளாகப் பறவைக்கூட்டங்கள் வருவதும் பண்ணையார்களும் நீண்ட ஆயுள் பெற வாழ்த்துவதும் தேர்களின் மணியோசையும் மந்திர சக்தியும் சந்ததி நீடூழி வாழ வாழ்த்துதலும் விடிய விடியக் குடித்திருப்பதும் இனக்குழுக்களும் உத்தம குணம் மாறாத தன்மையும் வில்லும் அம்பும் காலை விருந்தும் மன்னரைத் தரிசித்து மகிழ்வதும் பொன்னும் மணியும் பரிசளிப்பதும் போர் ரதங்களைச் செப்பனிடுவதும் பயிற்சிபெற்ற போர்ப்படையின் கம்பீரமும் போரின் வெற்றியும் அண்டை நாடுமீது படையெடுக்கையில் கொடிப்பதாகைகள் உயரப் பறப்பதும் போர்த் தந்திரங்களும் பாசறையின் விருந்தும் ஆயிரக்கணக்கான ரதங்களும் அரச இலச்சினைகளும் போர் முரசுகளும் இனத்தைக் காப்பாற்றியதற்கான நன்றியும் படைவீரர்களின் சீருடைகளும் அரசர் வேட்டையாடச் செல்லும் முறையும் சுப தினங்களும் கரடி வேட்டையும் வேட்டை நாய்களும் கோட்டை மதில்மீது ஏறுதலும் அரண்மனை முற்றத்தில் தீபங்கள் மின்னுவதும் அரசாங்கத்துக்கு எதிரான புரட்சியும் கலகமும் அராஜகம் தலைவிரித்தால் மக்கள் இடம்பெயர்வதும் மன்னனின் பற்களும் நகங்களுமாய்ப் போர்த்தளபதிகள் செயல்படுவதும் களிப்பாட்டங்கள் நீள வாழ்த்துவதும் மரகதம் போன்ற நற்குணம் கொண்ட கனவான்களும் தன் இனத்துக்கே திரும்பிச் செல்ல நினைப்பதும் அண்டைநாட்டில் வாழ்க்கைப்பட்ட பெண்களும்

மூங்கில்போல் திடமாக வாழ வாழ்த்துவதும் மரம் இழைத்து வீடு கட்டுவதும் கனவில் வந்த காட்சிக்குக் குறி சொல்வதும் மந்தைமந்தையாய்க் கால்நடைகளும் உருக்குலையும் நாட்டை மன்னன் காப்பாற்ற வேண்டும் என்பதும் செங்கோல் ஆட்சியும் அடிமைகளாய் உழல்பவர்களைக் காப்பாற்றச் சொல்வதும் நாகம்போல் கொடிய அதிகாரிகளைப் பற்றி மன்னனிடம் புகார் சொல்லுதலும் ஏற்கெனவே துன்பத்தில் உழலும் மக்களுக்கு மேலும் பளு சேர்க்காதிருக்கச் சொல்லுதலும் சந்திர சூரிய கிரணமும் அந்தப்புரத்துப் பெண்களும் புது நகரம் நிர்மாணித்தலும் சூழ்ச்சிகளுக்கு இடையிலும் மன்னனுக்குத் துரோகம் செய்யாது இருப்பதும் கடுமையான வறட்சியில் நாடே அழிந்துபடும் நிலையும் மந்திரிசபையின் முக்கியத்துவமும் பிள்ளைகளைப் படிக்கவைக்க வேண்டியதன் அவசியமும் 'சுவருக்கும் கேட்கிற காது இருக்கும்' என்னும் எச்சரிக்கையும் கொள்ளைக்காரர்களை மன்னன் ஒடுக்குவதும் கோயில் கட்டுவதும் விலங்குகளைப் பலியிடுவதும் மக்களைக் கொல்வோரை நரிகளுக்கும் புலிகளுக்கும் இரையாக்கச் சொல்வதும் சிறு தவறுகளை மன்னித்து ஏற்றுக்கொள்ளச் சொல்வதும் 'கிண்ணம் காலியாயிருப்பது தாழிக்கு அவமானம்' என்பதும் 'புதிதாய் வந்தவர் களுக்குப் பெரும்பதவியா?' என்பதும் 'என் துயரைச் சொல்லவே இந்தப் பாடலை எழுதினேன்' என்பதும் வேலை சமமாகப் பகிர்ந் தளிக்கப்பட வேண்டும் என்பதும் 'பெரும் ரதத்தைப் பின் தொடர்ந் தால் தூசிதான் மிஞ்சும்' என்பதும் நல்லவரைத் தெய்வம் விரும்புவ தும் அரிசி பொங்கிப் படையல் வைப்பதும் காட்டை அழித்து நாடாக்குவதும் அறுவடை முடிந்து மனைவி மக்கள் சூழ விருந்துண் பதும் சுழித்தோடும் நதி வளமும் விலங்கின் கொம்பில் செய்யப்பட்ட மதுக்கிண்ணமும் குதிரை வளர்ப்பும் 'வதந்திகளை நம்பாதீர்கள்' என்பதும் மதுவால் குணம் மாறுதலும் இளவரசருக்குப் பரிசுப் பொருள்கள் சமர்ப்பிப்பதும் 'மன்னன் எவ்வழி மக்கள் அவ்வழி' என்பதும் 'எதிர்த்தால் ஒழித்துவிடுவான்' என்பதும் இளவரசியின் அழகும் மாலை நேரத்திற்காக சிங்காரித்துக்கொள்வதும் மன்னனைக் கண்டு கண்குளிர்வதும் களைத்தவர்கள் இளைப்பாற உதவுவதும் முயல்கறியும் மலையேற்றமும் படைவீரர்கள் கொடுமையாய் நடத்தப்படுவதும் பாடப்படும் விஷயங்களாகின்றன. பல மன்னர் களின் பெயர்கள் குறிப்பிடப்படுகின்றன. புவியியல் அமைப்புகளும் இடங்களும் சொல்லப்படுகின்றன.

பெருவிழாப் பாடல்கள்

அரண்மனைச் சடங்குகளின்போது பாடப்பட்ட பெருவிழாப் பாடல்களில் அரசகுல வரலாறும் பரம்பரைக் கதைகளும் தெய்வங் களும் தெய்வ மகன்களாகிய மன்னர்களும் ராஜாங்க விஷயங்களும் பின்னிப் பிணைகின்றன. எடுத்துக்காட்டாக, தேவலோகத்திலிருந்து அருள் பாலிக்கும் ஆதி மன்னர்களும் பிள்ளைகளும் பேரன்களும் பேரன்களின் பிள்ளைகளும் முன்னோர்களுக்கு அவமானம் சேராதபடி நடத்தை இருக்க வேண்டிய அவசியமும் அரச பரம்பரை கள் திருமணத்தில் இணைந்த கதைகளும் அரியணை நிலையற்றது என்பதும் தெய்வங்களின் ஆணைப்படி அரசபீடம் கைமாறியதும்

வேற்றுப் பரம்பரைகள் சமாதானத்துக்குக் கெஞ்சியதும் பரம்பரைகள் பூசணிக்கொடிபோல் தழைத்ததும் புது நகரம் நிர்மாணிக்கும் ஆயிரக்கணக்கான தொழிலாளிகளின் உழைப்பொலியால் முரசொலி அடங்கிப் போவதும் செம்பும் மரகதமும் இழைத்த அரச இலச்சனைகளும் பலிச் சடங்குகளும் அருள் பெறுவதும் முன்னோரின் ஆவிகள் வாழ்த்துவதும் பேரரசிக்குப் பல குழந்தைகள் பிறந்து வம்சம் தழைத்ததும் கலகக்காரர்களைத் தெய்வகட்டளையால் அடக்கி ஒழித்ததும் மன்னராட்சியில் மந்திரத் தடாகத்து மீன்களும் களித்திருப்பதும் தெய்வங்களின் பிரதிநிதியாய் மன்னர் மண்ணில் ஆட்சி செய்வதும் நாட்டை ஒன்றிணைத்து அமைதி திகழச் செய்ததும் கடவுளின் காலடித்தடத்தில் நடந்ததால் கர்ப்பமான ச்சியாங் யுவான் என்பவள் பெறும் குழந்தை மாமன்னனாவதும் படையல்களின் மணத்தில் தெய்வங்கள் கிறங்குவதும் சடங்குகளின் போது தகுதி வரிசையில் மரியாதை தரப்படுவதும் முன்னோர் ஒளி வழிகாட்டுவதும் வரங்களாக ஆயுளும் செல்வமும் மனைவியும் கிடைப்பதும் குல தெய்வங்களும் மக்களின் நம்பிக்கைக்கு மன்னன் பாத்திரமாய் இருப்பதும் பன்றிகளைப் பலியிடுவதும் மன்னன் மக்களுக்குத் தாயும் தந்தையுமாய் இருப்பதும் எண்ணிலடங்கா ரதங்களும் குதிரைகளும் கர்வம் கொள்வோரைத் தெய்வங்கள் கோபிப்பதும் 'நன்கு துவங்குவது எளிதானாலும் நன்கு முடிப்பது எளிதில்லை' என்பதும் 'முன்னோர் வழி நடக்காமல் பெரும்போதையில் களித்திருப்பது தவறு' என்பதும் தெய்வங்களின் சாபத்தால் நாட்டில் பசியும் குழப்பமும் ஏற்படுவதும் நெடும் பஞ்சத்தில் பரிதவிக்கும் நாட்டுக்கு மழை தர தெய்வங்களை வேண்டுவதும் சிகரத்தில் இருந்து இறங்கி வந்த ஆவியால் நாடுகள் நிர்மாணிக்கப்படுவதும் தெய்வங்களால் இனங்கள் உருவாக்கப்படுவதும் 'மெலியோரை எளிதென மென்றுவிடாமலும் வலியோரைப் பயந்து துப்பிவிடாமலும்' ஆட்சி செய்வதும் இனங்களுக்கு நிலம் பிரித்துக் கொடுப்பதும் நாட்டில் பிளவு இல்லாதிருப்பதால் மன்னனின் மனம் அமைதியடைவதும் மன்னரின் படைகள் இடிஇடிப்பது போல் பகைவர் நாட்டைத் திடுக்கிடச் செய்ததும் 'நீள் நாக்குப் பெண்கள்தான், நாட்டுக்கு அழிவுக் கருவிகள்' என்பதும் அரசகுலம் குற்றம் களைந்து வாழாததால்தான் நாடு அழிந்துபடுகிறது என்பதும் பெரு விழாப் பாடல்களில் சொல்லப்படுகின்றன.

வேண்டுதல் பாடல்கள்

வேண்டுதல் பாடல்கள், மந்திரம் போன்றவை. சுருக்கமாகவும் ஆழமாகவும் விஷயங்கள் சொல்லப்படுகின்றன. அரசகுலங்களும் தெய்வங்களும் இந்தப் பாடல்களிலும் இடம்பெற்றாலும் வாழ்த்துத் தொனியும் வேண்டுதல் தொனியும் ஓங்கி நிற்கின்றன. எடுத்துக் காட்டாக, தேவலோகத்திலிருந்து விடை கிடைப்பதால் கோயிலில் மூதாதையர் ஆவி வருவதும் ஆதி மன்னன் தந்த வரங்களை வழித்தோன்றல்கள் காப்பாற்ற வேண்டும் என்பதும் பலி தந்ததால் வெற்றி கிடைப்பதும் முன்னோர்கள் சந்ததியினரை மறக்காதிருக்க வேண்டும் என்பதும் முன்னோர்கள் காத்தபடி நிலத்தைப் பின்வரும் சந்ததியும் காக்க வேண்டும் என்பதும் காளைகளையும் ஆடுகளையும்

பலிதந்து அருள் வேண்டுவதும் மன்னன் தேவனாக வலம்வரும் தோரணையின் விவரிப்பும் மங்கல ஒலிகள் எழும் சூழலில் வானிலிருந்து அருளும் பலமும் வழிவதும் கடவுளின் கட்டளையால் மன்னன் மக்களுக்குத் தானியங்களை அறிமுகப்படுத்துவதும் வயலில் உழும் பருவத் துவக்கத்தில் வேண்டுதல் செய்வதும் வயலில் உள்ள விவசாயிகளை அரசகுல முன்னோர் காக்க வேண்டும் என்பதும் வந்த விருந்தினர்களின் நலத்துக்காக வேண்டுவதும் 'தானியம் விளைத்து, மது உண்டாக்கி, முன்னோர்க்குத் தந்து, அருள் பெறு வோம்' என்பதும் கண்ணில்லாத இசைக்கலைஞர்களின் இசையில் முன்னோர்கள் மயங்குவதும் மீன் படையல்செய்து வழிபடுவதும் 'முன்னோர்களே, நான் ஓர் அறியாச் சிறுவன், ராஜாங்கக் காரியம் ஒழுங்காய் முடிக்க, என்னை வழி நடத்துங்கள்'' என்று மன்னன் வேண்டுவதும் 'நறுமணப் புகையில் முன்னோர் வருவார்' என்பதும் அதிர்ஷ்டம் என்று கருதப்பட்ட வளைந்த கொம்புள்ள காளையை பலிதருகையில் 'வெல்வோம்; தொடர்வோம்; முன்னோரைப் போலவே' என்று பாடுவதும் பெரிய பாத்திரங்களில் சமைப்பதும் 'நாட்டைக் கட்டிக்காத்த மன்னன், தேவலோகத்தில் ஒளி பொருந்தித் திகழ்கிறான்' என்பதும் முன்னோர் சேர்த்துவைத்த செல்வச் செழிப்பும் சிறந்த குதிரைகள் அதிகமான குட்டிகளைப் பெற வேண்டுவதும் ஒளி பொருந்திய அரண்மனையில் இசையும் நாட்டிய மும் நிகழ்வதும் 'மகன்களுக்கும் பேரன்களுக்கும் தரும் அளவுக்குச் சோளம் விளையட்டும்' என்பதும் மக்களுக்கு மன்னன் முன்மாதிரி யாய் இருப்பதும் மாமன்னர் பிறக்கையில் அந்தத் தாய்க்குக் கிஞ் சித்தும் வலிக்காததை வியந்து வாழ்த்துவதும் அவியில் எரியும் பலிகளின் புகை தேவலோகத்தை எட்டுவதும் 'நம் சச்சரவுகளைத் தள்ளிவைத்துவிட்டு முன்னோர்களைக் வேண்டுவோம்' என்பதும் தேவ கட்டளையால் தரை இறங்கிய கரும்பறவையின் முட்டையை விழுங்கிக் கருவுற்றவள் ஷாங் மன்னர் குலத்தைப் பெற்றெடுப்பதும் கடவுளின் விருப்பப்படி முன்னோர் மேலிருந்து பார்ப்பதால் நாட்டில் ஒழுங்கு நிலவுவதும் வேண்டுதல் பாடல்களில் இடம்பெறுகின்றன.

முக்கியத்துவம்

கவித்தொகையின் பாடல்கள் எந்த அளவு வாழ்வின் பரப்பை உள்வாங்கி இருக்கின்றன என்பதை நம்மால் பார்க்க முடிகிறது. கவித்தொகையின் பாடல்களில் உள்ள கவிதை அனுபவம் மிக முக்கியமானது. உலக இலக்கிய வரலாற்றுப் பார்வையிலும் இந்த நூல் முக்கியமானது. இந்தப் பாடல்களிலே அக்காலகட்டத்தின் பதிவுகளாக முக்கியமான தகவல்கள் கிடைக்கின்றன. அந்தக் காலத்தில் எந்த மாதிரியான இசைக்கருவிகள் இருந்தன, எந்தச் சமயத்தில் யார் வாசித்தார்கள் என்பதைத் தெரிந்துகொள்ள முடிகிறது. சமூகப் பழக்க வழக்கங்களும் மதிப்பீடுகளும் தெரியவருகின்றன. வரலாற்றுத் தகவல்கள் – அரசர்கள், அரசகுல வரலாறு, மந்திரிகள், தளபதிகள், போர் விவரங்கள் போன்றவை – புலப்படுகின்றன. அந்தக் காலத்தில் ஆறுகள் எங்கிருந்தன, அவை எப்படி நடைமாறின என்பது போன்ற புவியியல் தகவல்கள் கிடைக்கின்றன. அக்காலத்தைச் சேர்ந்த தாவரங்கள், பழங்கள், மூலிகைகள், உணவு வகைகள்

பற்றியெல்லாம் தகவல்கள் கிடைக்கின்றன. விலங்கு வகைகளும் அவற்றில் எவை வேட்டையாடப்பட்டன, எவை பலிகொடுக்கப்பட்டன என்பன போன்ற தகவல்களும் கிடைக்கின்றன. இத்தகவல்கள் செறிந்திருப்பதால், இவை பற்றியெல்லாம் இக்காலத்தில் தனித்தனி ஆராய்ச்சி நூல்கள் வெளியிடப்படுகின்றன. அக்காலத்தில் சீன மொழி எப்படி இருந்தது, அதன் பயன் எப்படி இருந்தது, பொதுமக்கள் எப்படிப் பேசிக்கொண்டார்கள், மன்னர்களின் வாய்மொழி எப்படி இருந்தது, ஒரு பொருளைச் சுட்ட எந்தச் சொல்லைப் பயன் படுத்தினார்கள், அது இந்தக் காலகட்டத்தில் எப்படி மாறி வருகிறது என்றெல்லாம் முக்கியமான தகவல்கள் கவித்தொகை ஆராய்ச்சி களில் கிடைக்கின்றன. அதன் முற்காலத்துக்கும் அக்காலத்துக்கும் அதன் பிற்காலத்துக்கும் தற்காலத்திற்கும் எதிர்காலத்திற்கும் பலவகைகளில் பாலம்போல் இருக்கிறது கவித்தொகை நூல்.

காலந்தோறும் கவித்தொகை

கவித்தொகையின்
இலக்கிய வரலாறு

முதல் நூல் ●
கன்.:பூஷியஸும் தொகுப்பும் ● ●
சொல்லும் பொருளும் அமைப்பும் ● ● ●
செவ்விலக்கியம் ● ● ● ●
அழிவும் மீட்பும் ● ● ● ● ●
விளக்க உரைகள் ● ● ● ● ● ●
த்தாங், சொங், மிங், ட்ச்சிங் அரசுகாலங்கள் ● ● ● ● ● ● ●
தற்காலம் ● ● ● ● ● ● ● ●

முதல் நூல்

"அ'கரம்தான் தமிழ் எழுத்துகளுக்கு எல்லாம் முதல்; ஆதிபகவன் தான் உலகுக்கு முதல்' என்பது போல், ஒவ்வொரு மொழிக்கும் அதன் இலக்கிய வரலாற்றில் ஒரு முதல் நூல் இருக்கும். தமிழ் மொழியில், நமக்குக் கிடைத்திருக்கும் நூல்களில் தொல்காப்பியம்தான் பழமையான முதல் நூல். தொல்காப்பியத்தில் பல நூல்களை மேற்கோள் காட்டியிருந்தாலும் அவை எதுவும் நமக்குக் கிடைக்க வில்லை. இதன்படி, தமிழின் இலக்கிய வரலாறு தொல்காப்பியத்தி லிருந்துதான் தொடங்குகிறது. இதுபோல், சீன மொழியில் கிடைத் திருக்கும் நூல்களில் பழமையான முதல் நூல் கவித்தொகைதான். இதிலிருந்துதான் சீன இலக்கிய வரலாறே தொடங்குகிறது. கவித் தொகையே சீன இலக்கியத்தின் ஊற்றுக்கண். வித்தும்கூட.

கவித்தொகை நூல் எப்போது உருவானது என்பது எளிமையான கேள்வி. ஆனால், பதில் அத்தனை எளிது இல்லை. சீன அறிஞர்களில் பிரபலமான கன்ஃபூஷியஸ் எனப்படும் க்கோங் ஃபுத்ஸிழ் (*Kong Fuzi* – கி.மு. 551 முதல் கி.மு. 479வரை) காலத்துக்கு முந்தியது இந்த நூல் என்பது ஓரளவுக்கு உறுதியான தகவல். ஆனால் அதற்கு முன்பு எந்தக் காலத்தில் எழுதப்பட்டது? இந்தக் கேள்விக்குப் பதில் சொல்வதற்கு முன்னால் கவித்தொகை போன்ற நூலின் காலத்தை எதைக்கொண்டு கணக்கிடுவது என்பதைத் தெளிவுபடுத்திக்கொள்ள வேண்டும். இந்த நூலில் உள்ள பாடல்கள் வாய்வழிப் பாடல்களாகத் தோன்றியவை. அவற்றைத் தனித்தனியே எங்கெங்கேயோ யார்யாரோ எழுதி வைத்திருக்கிறார்கள். எழுதப்பட்ட பாடல்களையும் யார்யாரோ திருத்தி, மாற்றி எழுதியிருக்கிறார்கள். இவற்றில் ஒரு சிலவற்றை யார்யாரோ வெவ்வேறு காலங்களில் தொகுத்திருக்கலாம். அவற்றில் ஒரு தொகுப்பு நமக்குக் கிடைத்ததாக இருக்கலாம். இந்த முறையில் உருவான ஒரு நூலுக்கு எதன் அடிப்படையில் வயதை நிர்ணயிப்பது? பாடிய காலமா? எழுதிய காலமா? திருத்திய காலமா? தொகுத்த காலமா?

கன்ஃபூஷியஸ்

சீனத் தத்துவ அறிஞர்களில் கன்ஃபூஷியஸ் புகழ்பெற்றவர்; முக்கிய மானவர். கன்ஃபூஷியஸ்–இன் தத்துவக் கருத்துகள் இன்றைக்கும் சீன மற்றும் கிழக்கு ஆசிய சமுதாயங்களின் அடிப்படைக் கூறுகளில் முக்கியமானவையாக இருக்கின்றன.

கன்ஃபூஷியஸ் மற்றும் அவரது சீடர்கள், சீனச் சமுதாயத்திற்கு வழிகாட்டும் கருத்துகளைக் கொண்டவையாக ஐந்து நூல்களை அடையாளம் காட்டினார்கள். இந்த ஐந்து நூல்களையுமே கன்ஃபூஷியஸ்தான் தொகுத்தார் என்றும் பலர் சொல்வார்கள். ஹான் வம்சத்தில் வந்த வு (*Wu*) பேரரசரின் காலத்தில் (கி.மு.141 – கி.மு.87), கன்ஃபூஷியஸ் சொன்ன தத்துவங்களுக்கு அதிமுக்கியத் துவம் ஏற்பட்டது. கி.மு. 136இல் கன்ஃபூஷியஸ்–இன் கருத்துகள் சீனாவின் தேசியக் கருத்துவாதமாக ஏற்றுக்கொள்ளப்பட்டன. அன்று முதல் 20ஆம் நூற்றாண்டுவரையில் இந்த ஐந்து நூல்களின்

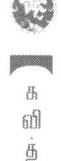

கருத்துக்கள், ஏதாவது ஒருவகையில், சீனாவின் அதிகாரபூர்வமான தேசியக் கருத்துகளாக இருந்துவந்தன. அந்த ஐந்து நூல்கள் எவை?

1. மாற்றத்தொகை (யீ சிங், Yi Jing, Classic of Changes),
2. வரலாற்றுத்தொகை (ஷு சிங், Shu Jing, Classic of History),
3. கவித்தொகை (ஷிழ் சிங், **Shi Jing, Classic of Songs**),
4. சடங்குத்தொகை (லீ சீ, Li Ji, Collection of Rituals),
5. வசந்த கால, இலையுதிர் காலக் குறிப்புகள், (ச்சுன் ட்ச்சியு, Chun Qiu, Spring and Autumn Annals).

தனது நூல்களில் கன்ஃபூஷியஸ் கவித்தொகை நூலின் பாடல் களைப் பலமுறை 'முந்நூறு பாடல்கள்' என்று குறிப்பிடுகிறார். கன்ஃபூஷியஸ்–இன் தத்துவங்களுக்குக் கவித்தொகை நூலில் உள்ள கருத்துக்களே அடிப்படை என்பது பலருக்குத் தெரியாது. கன்ஃபூஷியஸ்தான் கவித்தொகை நூலை முதலில் தொகுத்தவர் என்று பழங்காலத்திலிருந்து இன்றுவரை சொல்லப்படுகிறது.

எப்படியும் கவித்தொகை என்பது கி.மு.136ஆம் ஆண்டுக்கு முன்பே முக்கியமானதாகவும் பிரபலமாகவும் இருந்திருக்கிறது என்பது தெரிகிறது.

தொகுக்கப்பட்டது குறித்த இலக்கியக் குறிப்புகள்

கவித்தொகை பாடல்கள் நூலாகத் தொகுக்கப்பட்ட காலம் பற்றியும் அதிகத் தெளிவு இல்லை. கி.மு. 90 வாக்கில் எழுதப்பட்ட 'வரலாற்றுப் பேரறிஞரின் பதிவுகள்' – ஷிழ் சி, Shi Ji, Records of the Grand Historian – என்ற நூலில் கவித்தொகை நூல் தொகுக்கப்பட்டது பற்றி தகவல் இருக்கிறது. பழங்காலத்தில் மூவாயிரத்திற்கும் மேற்பட்ட பாடல்கள் இருந்தன; இவற்றிலிருந்து முந்நூற்றைந்து பாடல்களைக் கன்ஃபூஷியஸ் தேர்ந்தெடுத்தார்; இவற்றைப் பாடுவதற்கும் இசைக் கருவிகளைக்கொண்டு வாசிப்பதற்கும் உதவியாக மெட்டுகளில் அமைத்தார். கி. மு. 90இல் இவ்வளவு தெளிவாக எழுதியிருக்கிறார்கள் என்றால் உண்மையாகத்தானே இருக்க வேண்டும்? அவசியம் இல்லை. ஏனென்றால், 'வரலாற்றுப் பேரறிஞரின் பதிவுகள்' என்கிற இந்த நூல் எழுதப்பட்ட காலத்திற்குள் கன்ஃபூஷியஸும் அவரது சீடர்களும் கவித்தொகை என்கிற நூலுடன் நெருங்கிய தொடர்புடையவர்கள் என்கிற விஷயம் பரவியிருந்தது. எனவே கன்ஃபூஷியஸ்தான் கவித்தொகை நூலைத் தொகுத்தவர் என்று எழுதுவது அவசியமாகக் கூட இருந்திருக்கலாம். மேலும் தனி ஆள் ஒருவர்தான் கவித்தொகை நூலைத் தொகுத்தார் என்ற கருத்தை ஏற்றுக்கொண்டால், அதை கன்ஃபூஷியஸ்தான் செய்தார் என்று எழுதுவது இத்தகைய கருத்துச் சூழலில் இயல்பானதே. ஆனால் தனிநபராக ஒருவரே இதைத் தொகுத்தார் என்பதை விட்டுவிட்டுப் பார்த்தால், சில ஒப்புக் கொள்ளக்கூடிய தகவல்கள் கிடைக்கின்றன: நிறையப் பாடல்கள் இருந்தன; காலவாக்கில் அவற்றில் சில தேர்ந்தெடுக்கப்பட்டன, தொகுக்கப்பட்டன, மெட்டமைக்கப்பட்டன; கன்ஃபூஷியஸ் மற்றும் அவரது சீடர்கள் இவற்றிக்கு முக்கியத்துவம் தந்து பிரபலமடையச் செய்தார்கள்.

சொல்லும் பொருளும்

கன்ஃபூஷியஸ் காலத்தைச் சேர்ந்த நூல்களில் உள்ள குறிப்புகளில் கவித்தொகையின் பாடல்கள் பெரும்பாலும் இசைக்காவும் மெட்டுக்காகவும் பாராட்டப்படுவதைப் பார்க்கிறோம். கொஞ்ச காலத்திற்குப் பிறகு இந்தப் பாடல்களைச் செய்யுள்போல் ஒப்புவிப்பது பரவியது தெரிகிறது. இதிலிருந்து இந்தப் பாடல்களின் சொற்களுக்கு, அர்த்தத்துக்கு, முக்கியத்துவம் அதிகமாவதைப் புரிந்துகொள்ள முடிகிறது. கவித்தொகைப் பாடல் வரிகளை மேற்கோள் காட்டுவது மதிப்பிற்கு உரியதாகவும், திடமான வாதமாகவும் கருதப்பட்டது. சமயங்களில் நேரடித் தகவலுக்காகவும் வேறுசில சமயங்களில் வரிகளின் மூல அர்த்தத்துக்காகவும் இன்னும் சில சமயங்களில் வரிகளுக்கு ஏற்றப்படும் அர்த்தத்துக்காகவும் எனப் பல வகைகளில் கவித்தொகையின் பாடல்கள் பயன்பட்டன. மேற்கோள் காட்டும்போது சமயங்களில் வெறும் பாடல்களின் தலைப்பைச் சொன்னாலே போதும் என்கிற நிலையையும் பார்க்க முடிகிறது. அதாவது பாடல்களின் வரிகள் உறுதிப்படுத்தப்பட்டு, பரவலாக எல்லாருக்கும் தெரிந்திருந்த நிலை இருந்திருக்கிறது.

அமைப்பு

கவித்தொகையின் பாடல்களை இசைக் கச்சேரியாக நிகழ்த்தும் போது நூலில் பாடல்கள் அமைக்கப்பட்டிருக்கும் வரிசையிலேயே பாடினார்கள் என்பதற்கும் கி.மு.543இல் இருந்தே குறிப்புகள் இருக்கின்றன. எடுத்துக்காட்டாக முதல் பகுதியிலிருந்து ஒரு பாடல், இரண்டாம் பகுதியிலிருந்து ஒரு பாடல், மூன்றாம் பகுதியிலிருந்து ஒரு பாடல் என்கிற வகையில் பாடினார்கள். அந்த முறையில் பார்த்தால் அந்தக் காலத்தில் இருந்த கவித்தொகை நூலின் அமைப்பு, இன்றைக்கு நமக்குக் கிடைத்திருக்கும் கவித்தொகை பாடல்களின் தொகுப்பின் அமைப்புக்கு ஒத்திருக்கிறது. எனவே பழங்காலத்திலிருந்தே ஒரு நூலாகவும் இந்தத் தொகுப்பின் அமைப்பு நன்கு உறுதியாகி இருந்தது எனலாம்.

செவ்விலக்கியமாக ஆகும் காலம்

சீன வரலாற்றிலே 'சிற்றரசுகள் போரிட்ட காலம்' என்று குறிப் பிடப்படுகிற கி.மு.403 முதல் கி.மு.221 வரையிலான காலத்தில் கவித்தொகையின் வரிகள் பாடல்களாகவோ நிகழ்வுகளாகவோ இல்லாமலேயே முக்கியத்துவம் பெறுவதைப் பார்க்கிறோம். கொஞ் சம் கொஞ்சமாக இந்த நூல் ஒரு கோட்பாடாக, கொள்கையாக, போதனையாக உருவாவது இந்தக் காலகட்டத்தில்தான். இதற்கு முந்தைய கால கட்டங்களில் இந்த நூலை 'முந்நூறு பாடல்கள்', 'பாடல் தொகுப்பு' என்பது போன்ற தலைப்புகளாலேயே குறிப்பிட்டுவந்தார்கள். குறள் என்பது திருக்குறள் என்று ஆனதுபோல, ஷிழ் (கவிதை) என்ற பெயருடன் இருந்த இந்த நூலின் தலைப்பு, ஷிழ் சிங் (செவ்விலக்கியமான கவிதை – கவித்தொகை) என்று ஆனாது இந்தக் காலகட்டத்தில்தான்.

தற்காலிக அழிவும் மீட்டெடுப்பும்

சீனா, சிற்றரசுகளின் தொகுப்பாக இருந்ததிலிருந்து ஒரு பேரரசாக உருவான மாற்றத்தில் இலக்கியமும் பாதிக்கப்பட்டது. சீனாவுக்கு,

சீனா என்கிற பெயர் வரக் காரணமாக இருந்தவர் ட்ச்சின் (Qin) என்கிற மன்னர் (கி.மு. 221 –207). இவர், பழமையான சிந்தனைகளை ஒழிக்க வேண்டும் என்று சொல்லி வெளிப்படையாகவே நூல்களைத் தடை செய்தார்; நூல்களையும் அவற்றை எழுதினவர்களையும் அவற்றைப் படிக்க முயல்பவர்களையும் நெருப்பில் போட்டு எரித்தார். இதில் கவித்தொகை நூலும் அழிந்துபோனது என்று தெரிகிறது. இவருக்குப் பின்னால் வந்த ஹான் வம்சமும் (கி.மு. 206 – கி.பி. 220) முதலில் இலக்கியத்தில் அவ்வளவு அக்கறை காட்டவில்லை. ஆனால் அரசு நிலைப்பட்டு, சமுதாயம் திடப்பட்ட பிறகு இலக்கியத்துக்கு மீண்டும் முக்கியத்துவம் கிடைக்கலானது. ஆஸ்தானக் கவிஞர்களும் தத்துவ ஆசிரியர்களும் அரண்மனைகளில் இடம்பெறத் தொடங்கினார்கள். இக்கால கட்டத்தில் கவித்தொகை பாடல்களை அறிஞர்கள் நினைவிலிருந்து மீண்டும் எழுதினார்கள் என்பார்கள். இதை உறுதி செய்வது போல் நமக்குக் கிடைத்திருக்கும் நூல்களில் 311 பாடல்களுக்கான தலைப்புகள் இருந்தாலும் 305 பாடல்களே கிடைத்திருக்கின்றன. மீதி ஆறு பாடல்களுக்குத் தலைப்புகள் உள்ளன; பாடல்கள் கிடைக்கவில்லை.

விளக்க உரைகள்

ஹான் ஆட்சிக்காலத்தில் கவித்தொகைக்கு இரண்டு வகையான விளக்கவுரைகள் இருந்திருக்கின்றன. ஒரு வகை, பாடல்களுக்கு முக்கியத்துவம் தந்தது. இதைப் 'பழைய உரை வகை' என்று குறிப்பிட லாம். இன்னொரு வகையில், மூலத்தை விட, உரையாக்கம் செய்யப் படும் அர்த்தத்துக்கு முக்கியத்துவம் தரப்பட்டது. இதைப் 'புதிய உரை வகை' என்று சொல்லலாம். 'பழைய உரை வகை' பின்னுக்குத் தள்ளப்பட்டுப் 'புதிய உரை வகை' மெச்சப்பட்டக் காலம் அது. அதாவது, பாடல் என்ன சொன்னது என்பதைவிட உரை என்ன சொல்கிறது என்பதை முக்கியப்படுத்திய காலம். 'பழைய உரை வகை'யைச் சேர்ந்த ஒரு உரை, மாவ் (Mao) என்கிற உரையாசியர் எழுதியது. 'இதுவும் இருக்கிறது, ஆனால், அங்கீகரிக்கப்படவில்லை' என்கிற அடிக்குறிப்புடன் இந்த உரை சுட்டப்படுகிறது. இது போக 'புதிய உரை வகை'யைச் சேர்ந்த மூன்று உரைகள் 'அங்கீகரிக்கப் பட்டவையாக' சுட்டப்படுகின்றன. காலத்தின் புன்முறுவல் போல், 'புதிய உரை வகை'யைச் சேர்ந்த மூன்று நூல்கள் அழிந்துவிட்டன. 'அங்கீகரிக்கப்படாத' உரையாசிரியர் மாவ் எழுதிய உரைதான் பின்னாளில் கிடைத்தது. அதில் கிடைத்த பாடல்களைக் கொண்டுதான், கவித்தொகை நூல் எப்படி இருந்திருக்கும் என்று நாம் தெரிந்து கொள்ளமுடிகிறது. (நம் இலக்கிய வரலாற்றிலிருந்து இதற்கு ஒப்புமை யாகத் திருக்குறளைச் சொல்லலாம். பரிமேலழகர் உரை மூலமாகத் தான், திருக்குறளின் மூலக் குறள்களும் நூலமைப்பும் நமக்குக் கிடைத்தன. தனியாக, உரை ஏதும் இல்லாமல் திருக்குறளின் குறள்களை மட்டுமே கொண்ட நூல் ஏதும் நமக்குக் கிடைக்கவில்லை)

மாவ், கவித்தொகைப் பாடல்களுக்கு உரை எழுதும்போது சில அரிதான சொற்களுக்கு மட்டும் அர்த்தம் விளங்கும்படி குறிப்புகள் எழுதினார். அந்தக் காலத்திலேயே கவித்தொகையின் பாடல்கள் புரிந்துகொள்ள ஓரளவு கடினமானவையாகக் கருதப்

பட்டன என்று தெரிகிறது. பின்னாளில் வந்த உரையாசிரியர்களின் உரைகளும் கவித்தொகை நூலில் சேர்க்கப்பட்டன. எனவே, பலரும் பல காலத்திலும் எழுதிய பல உரை விளக்கங்கள் ஒவ்வொரு பாடலுக்கும் தொகுப்பாகக் கொடுக்கப்பட்டன. இந்த உரைகளைப் பெருங்குறிப்பு, சிறுகுறிப்பு என்று பிரித்தனர். சிறுகுறிப்புகளிலும், மேல்குறிப்பு, கீழ்குறிப்பு என்று பிரிவு உண்டு. மேல் குறிப்புகளைக் கன்ஃபூஷியஸ்–இலிருந்துத் துவங்கி மாவ் வரை இன்னும் பலரும் எழுதியதாகக் குறிக்கப்படுகிறது. இந்த மேல்குறிப்புகளில் சொல்லப் பட்டுள்ள விஷயங்களை விளக்குவதுபோல் கீழ்குறிப்புகள் அமைகின் றன. இப்படிப் பல்வேறு காலகட்டங்களில் பலரால் எழுதப்பட்ட உரைக்குறிப்புகள் பெரிதும் சர்ச்சைக்கு உள்ளாகி இருக்கின்றன. ஏனென்றால் இந்தக் குறிப்புகளில் பல பகுதிகள், பாடலின் மூலத்திலிருந்து விலகிய மிகவும் வலுக்கட்டாயமாகத் திரிக்கப்பட்ட அர்த்தங்களைத் தருவனவாக இருக்கின்றன. வெளிப்படையாகக் காதல் பற்றிய விஷயத்தைச் சொல்லும் பாடலை மன்னரிடம் மக்களுக்கு இருக்க வேண்டிய அன்பு பற்றிய பாடல் இது என்று திரித்து விளக்கங்கள் எழுதப்பட்டிருக்கின்றன. மேலும், வரலாற்றின் பல காலகட்டங்களில் இருந்த மன்னர்களையும் நிலச்சுவான்களையும் சுட்டிக்காட்டி, அவர்களைத் தேவை ஏதும் இல்லாமல் பாடலின் அர்த்தத்துடன் இணைத்து விளக்கவுரைகள் எழுதப்பட்டன. முக்கியமாக, இந்தக் குறிப்புகளை அடிப்படையாகக் கொண்டு கோட்பாடுகளும் கொள்கைகளும் உருவாக்கப்பட்டு, அதிகாரபூர்வமான அங்கீகாரத்தைப் பெற்றன.

த்தாங் அரசு காலத்து அதிகாரபூர்வமான உரை

இதற்குப்பின் சீன வரலாற்றின் மாற்றங்கள் கவித்தொகையின் உரைகளில் பிரதிபலித்திருக்க வேண்டும். பேரரசு மீண்டும் துண்டாடப்பட்டது, புத்தமதம் இந்தியாவிலிருந்து வந்து வேர்விடத் துவங்கியது, வடக்கிலிருந்து தெற்குத்திசைக்கு அதிகாரம் பரவி இடம்பெயர்ந்தது என்று பல மாற்றங்களைக் கண்டது சீனா. புத்தமத நூல்களும், அவற்றின் உரைகளும், உரைகள் எழுதப்பட்ட வகைகளும்கூட சீனாவுக்கு வந்து சேர்ந்தன. சீனாவின் வரலாற்றில் முக்கிய இடம் வகிக்கும் த்தாங் வம்ச ஆட்சி (கி.பி.618 முதல் கி.பி.907) ஓரளவு நிலைத்தன்மையைக் கொண்டுவந்தது. கி.பி. 638இல் அரசாங்கமே ஒரு பெரும் அறிஞர் குழுவை உருவாக்கி, ஐந்து முக்கிய இலக்கியங்களுக்கும் புதிய உரைகளை எழுத வைத்தது. க்கோங் யிங்தா (Kong Yingda – கி.பி. 574 முதல் கி.பி. 648 வரை) என்பவர் இந்தக் குழுவின் தலைவராக இருந்தார். இவரின் குடும்பப்பெயரும் கன்ஃபூஷியஸ் எனப்படும் க்கோங் ஃபுத்ஸிழ்–இன் (Kong Fuzi) குடும்பப்பெயரும் ஒன்றே. ஆனால் இவர்கள் வேறு வேறு காலங்களில் வாழ்ந்தவர்கள். பல சிற்றரசுகளையும் ஒன்றுசேர்த்து த்தாங் அரசு உருவாகியது போல் கவித்தொகை நூல் பல உரைகளையும் சேர்த்து க்கோங் ஒரு புது பெரும் உரையை உருவாக்கினார். இது மிக விரிவாகவும், மிகச் சிக்கலான விளக் கங்களையும் தகவல்களையும் ஒன்று சேர்த்துப் பிணைப்பதாகவும், உரைகளுக்கு உரையாகி, மூலக் கவிதைகளின் எளிமையிலிருந்து மிக

விலகியதாகவும் இருந்தது. கி.பி. 653இல், க்கோங் இறந்தபிறகு இது அரசின் அதிகாரபூர்வமான உரையாக ஏற்கப்பட்டது.

சோங் அரசு காலத்துப் புதிய பார்வை

த்தாங் அரசுக்குப் பின் வந்த சொங் (Song) அரசாட்சியில் (கி.பி.960 – கி.பி. 1260), சீனா பலவகையான மாற்றங்களைக் கண்டது. முக்கியமாக, அறிவுத் துறைகளின் பல விஷயங்களில் பழமையிலிருந்து விலகிப் புதியதாக மறுஆய்வுகள் மேற்கொள்ளப் பட்டன. புதிய கன்ஃபூஷியத் தத்துவம் எனப்படும் கட்டுப்பாடு களைக் களைந்து நேரடியாய் விஷயங்களுடன் தொடர்புகொண்டு உண்மையை அறியும் வழி, முக்கியத்துவம் அடைந்தது. வாழ்வின் எல்லாப் பக்கங்களிலிருந்தும் முக்கியப்படுத்தப்பட்ட நூலான கவித் தொகை பற்றியும் புதிய பார்வை உருவானது. முன்பு எழுதப்பட்ட உரைகளையும், உரைகளுக்கும் உரையாக வந்த குழப்பங்களையும் தள்ளிவைத்துவிட்டு நேரடியாகப் பாடல்களை அணுகும் முறை வலுப்பட்டது. இக்காலத்திய அறிஞர் ஒருவர் சொன்னது இதைத் தெளிவுபடுத்தும்: ‘கவித்தொகையின் பாடல்களில் ஒவ்வொரு பத்துப் பாடல்களிலும், ஏழெட்டுப் பாடல்கள் விளக்க உரை எதுவும் இல்லாமலேயே அர்த்தம் புரியக் கூடியவை. ஆனால் இவற்றுக்கு எழுதப்பட்டிருக்கும் உரைகளைப் படித்தால், அந்த அர்த்தம் புரியக்கூடிய பாடல்களிலேயே ஐந்தோ ஆறோ புரியாமல் குழம்பிப் போய்விடுகின்றன’. இந்தக் காலத்தில்தான், ‘காதல் பாடல் களையெல்லாம், ஏன் மரியாதை – ஒழுக்கம் – கட்டுப்பாடு என்று வலிந்து, இல்லாத அர்த்தங்களைப் புகுத்திக் குழப்பிக்கொள்ள வேண்டும்?’ என்று கேள்வி கேட்கப்பட்டது. தனிப்பாடல்களைச் சம்பந்தமே இல்லாத மன்னர்களுடனும் அவர்களது வாழ்க்கை நிகழ்ச்சிகளுடனும் பிணைத்து வரலாற்றையும் இலக்கியத்தையும் சிதைக்கக் கூடாது என்று குரல்கள் எழும்பின. கவித்தொகையின் பாடல்கள் நூற்றாண்டுகாலக் கட்டுக்கதைகளிலிருந்தும் அனர்த்த விளக்கங்களிலிருந்தும் விடுபட்டுப் புது வெளிச்சம் காணத் துவங்கின. மிக எளிதாகப் புரியக்கூடிய, நேரடி அர்த்தம் தரக் கூடிய உரைகள் கவித்தொகை நூலுக்கு எழுதப்பட்டன. ட்சு ஷ்ஸிழ் (Zhu Xi) என்பவர் எழுதிய ‘பாடல்களின் உரைத் தொகுப்பு’ இதற்கு ஒரு நல்ல எடுத்துக்காட்டு.

மிங் அரசு காலத்துப் புறக்கணிப்பு

ஆனால், எல்லாமே சரியாகிவிட்டதாகவும் சொல்ல முடியாது. ‘பலவற்றையும் போட்டுக் குழப்பிக்கொள்ளாதே’ என்னும் சிறந்த அறிவுரை கொஞ்சம் கொஞ்சமாக ‘எதுவும் வேண்டாம்’ என்னுமளவுக்கு எடுத்துச் செல்லப்பட்டது. சொங் அரசுக்குப் பின் வந்த மிங் (Ming) அரசு காலத்தில் துறவு, எளிமை என்பவற்றின் அர்த்தங்கள் நீட்டிக்கப்பட்டு இலக்கியங்களின் முக்கியத்துவமே குறையத் தொடங்கியது. கவித்தொகை உட்பட ‘ஐம்பெரும் நூல்கள்’ சீந்துவார் இல்லாமல் போயின. அக்காலகட்டத்தில் இன்னும் வளர்ந்த புத்த மதமும் தாவ் மதமும் (Daoism/Taoism) சொன்ன எளிமை, ‘புறக்கணிப்பு’ என்கிற அளவுக்கு வளைக்கப்பட்டு, வாழ்க்கைக்குக் கலை, இலக்கியம்

எல்லாம்கூடத் தேவையற்ற அலங்காரங்களாக் கருதப்பட்டன. இவ்வகையில் இலக்கியப் புறக்கணிப்பு நியாயப்படுத்தப்பட்டது. அரசியலிலும் போரிலும்கூட சத்துக்களைப் புறக்கணித்து, 'உள் நோக்கிய சிந்தனையே போதும்' என்னும் தவறான பாதையில் சீனா சென்றது. மங்கோலிய நாட்டிலிருந்து வந்த படைகளுக்கு அடிமைப்பட்டது.

ட்ச்சிங் அரசு காலத்து மறுவிசாரணை

காலம், மாற்றங்களை மீண்டும் கொண்டுவந்தது. மிங் அரசுக்குப் பிறகு வந்து, மிக வலிமையாக உயர்ந்து, பலகாலம் நிலையான சூழலைத் தந்த ட்ச்சிங் (*Qing*) அரசாட்சியில் (கி.பி 1644 – கி.பி.1911) இலக்கியங்களும் இலக்கிய உரைகளும் முன்பு எப்பொழுதும் இல்லாத அளவுக்குச் செழித்தன. இக்காலகட்டத்தில் எதையும் தீர விசாரித்து அறிதல் முக்கியமாகக் கருதப்பட்டது. இது இலக்கியத் துறையிலும் பின்பற்றப்பட்டது. புத்த மதமும் தாவ் மதமும் தாண்டி, மீண்டும் கன்ஃபூஷியஸ் தத்துவத்திற்குத் திரும்ப வேண்டும் என்று எண்ணம் எழுந்தது. சொங் அரசு காலத்தில் செய்த உரைகள் மிகக் கடுமையாக விமர்சிக்கப்பட்டன. 'உண்மையான பாடல்கள், என்றைக்கும் மனிதர்களுக்குத் தொடர்புடைய உணர்வுகளை மட்டும் சொல்கின்றன. பின்னால் வந்தவர்களோ அவற்றை ஒரு குறிப்பிட்ட நபருக்கு, காலத்துக்கு, நிகழ்ச்சிக்கு, சூழலுக்குப் பொருத்திச் சிறைப்படுத்தப் பார்க்கிறார்கள்' என்று சொங் அரசு கால உரைகள் நிந்தனை செய்யப்பட்டன. மீண்டும் மாவ் எழுதிய பழங்கால உரைக்கு முக்கியத்துவம் வந்தது. அதுதான் சரியான விளக்கம் என்ற கருத்து பலப்பட்டது. மாவ் காலத்துக்குப் பின்பு வந்த பல பிரதிகளில் இருந்த எழுத்து மற்றும் கருத்துத் திணிப்புகள் ஆராய்ச்சிகளின் அடிப்படையில் புறந்தள்ளப்பட்டன. ஒரு வகையில், நடுவில் வந்த நல்ல விஷயங்களையும் கவித்தொகையின் உரைகள் இழக்கலாயின. கி.பி. 1847இல் ச்சன் ஹுவான் எழுதிய கவித்தொகையின் விளக்க உரை, இந்தக் காலகட்டத்தின் முக்கியத்தன்மையாகிய 'தீர விசாரித்து அறியும் முறை'க்கு எடுத்துக்காட்டாக அமைகிறது. கி.பி. 1889இல், மா ழுய்ச்சன் (*Ma Rui-chen*) என்பவர் விரிவான ஆராய்ச்சிகளை மேற்கொண்டு மாவ் உரையை முதன்மையாக வைத்து ஒரு விளக்க உரையை வெளியிட்டார்.

தற்காலம்

இருபதாம் நூற்றாண்டின் தொடக்கத்தில் முதலாம் மற்றும் இரண்டாம் உலகப் போர்களால் சீனா கொந்தளிப்புக்கு உள்ளாகியது. அதே நேரத்தில், சீனாவின் உள்நாட்டுப் பிரச்சினைகளும் தீவிரம் அடைந்தன. ஆனால் எழுத்தும் இலக்கியமும் பலரையும் சேர்ந்தடையும் காலமாகவும் இருபதாம் நூற்றாண்டு மாறியிருந்தது. அச்சுக்கலை பரவலாகப் பயன்படத் தொடங்கியது. நவீன சீனா உருவானது. இருபதாம் நூற்றாண்டின் இரண்டாம் பகுதியில் வந்த சீனப் பண்பாட்டுப் புரட்சி பழைய இலக்கியங்கள் எல்லாவற்றையும் தாக்கியபோது கவித்தொகையும் அடிபட்டது. ஆனாலும், எலும்புகளிலும் ஓலைகளிலும் எழுதிய காலம் போய் அச்சும்

காகிதமும் பயன்படுவது அதிகமானபின் ஓர் இலக்கியம் முற்றாக அழிந்துபடும் வாய்ப்புகள் குறைவு. ரகசியமாய்ப் பெட்டிகளில் பதுங்கியிருந்த கவித்தொகை, சீனாவின் பொருளாதார மறுமலர்ச்சிக் காலத்தில் மீண்டும் புத்துயிர் பெற்றது. நவீனக் காலத்தில், எல்லா நாட்டிலும் எல்லாச் செவ்விலக்கியங்களுக்கும் நடக்கும் பெரும்பான்மைப் புறக்கணிப்பைச் சீனாவிலும் உணரமுடிந்தாலும் கவித்தொகையின் முக்கியத்துவம் குறைந்துவிடவில்லை. மிகப் பலர், கவித்தொகையின் பாடல்களுக்கு விளக்கம் எழுதினார்கள். இன்றைக்கும் கவித்தொகையின் பாடல்களை நவீனக் கவிதையாக எழுதுவதும் பாடல்களுக்கு உரை எழுதுவதும் ஓரளவிற்கேனும் தொடர்ந்துகொண்டுதான் இருக்கிறது. இது மட்டுமில்லாமல் கவித்தொகை குறித்த ஆராய்ச்சிக் கட்டுரைகளும் பலவகையான நூல்களும் காணக்கிடைக்கின்றன.

கவித்தொகை நூலின் இலக்கிய வரலாற்று மைல்கல்கள்

(ஜோஸப் ஆலன் எழுதிய கட்டுரையிலிருந்து இலக்கிய நிகழ்வுக்கான ஆதாரங்கள் எடுக்கப்பட்டு, சீன வரலாற்று அரசு காலங்களுடன் பொருத்தப்பட்டுள்ளன.)

காலம்*	அரசு	இலக்கிய நிகழ்வுக்கான ஆதாரம்
கி.மு. 2200–1700	ஷியா காலம்	
கி.மு. 1700–1100	ஷாங் காலம்	
கி.மு. 1100–221	ட்சொவ் காலம்	🕮 கி.மு. 551 — 479: கன்ஃபூஷியஸ் கவித்தொகை பாடல்களைக் குறிப்பிட்டு முக்கியத்துவம் தருகிறார். 🕮 கி.மு. 543: ட்சொவ் இசைக்கு, கவித்தொகையின் பாடல்கள் பாடப்பட்டதற்கான குறிப்புகள் உள்ளன.
கி.மு. 221–207	ட்ச்சின் காலம்	
கி.மு. 206– கி.பி. 220	ஹான் காலம்	🕮 கி.மு. 200 அளவில்: ஷ்ஸுன் த்ஸிழ் (Xun Zi) என்னும் அறிஞர், கவித்தொகை ஒரு செவ்விலக்கியம் என்று பொருள் தரும் 'சிங்' என்ற சொல்லைச் சேர்க்கிறார். ஷிழ் என்னும் நூலின் தலைப்பு, ஷிழ் சிங் என்று ஆகிறது. 🕮 கி.மு. 150 அளவில்: கவித்தொகைக்கு மாவ் (Mao) உரை எழுதினார். மாவ் எழுதிய உரைகளுடன் ஒத்துப்போகும் கவித்தொகைப் பாடல்கள் எழுதப்பட்ட 170 'பக்கங்கள்' கொண்ட மரப்பலகைகள், சீனாவின் ஃபுயாங் (Fuyang) பகுதியில் 1977இல் தோண்டி எடுக்கப்பட்டன. இந்த மரப் பலகைகளின் காலம் கி.மு. 165க்கு முந்தையது என்று நிறுவப்பட்டுள்ளது.

		🕮 கி.மு. 136: ஐம்பெரும் நூல்கள், அதிகாரபூர்வமாக அரசின் கொள்கையாக ஏற்கப்படுகின்றன. 🕮 கி.பி. 127 – கி.பி 200: ட்சங் ஸ்ஷுவான் (Zheng Xuan) எழுதிய உரை, மாவ் உரைக்குப் பலம் சேர்க்கிறது
கி.பி. 220–280	மூவரசுகள் காலம்	
கி.பி. 265–420	சின் காலம்	
கி.பி. 420–589	தெற்கு, வடக்கு அரசுகள் காலம்	🕮 கி.பி. ஆறாம் நூற்றாண்டு: ஒலிக்குறிப்பு விளக்கங்கள் கவித்தொகை உரைகளில் சேர்க்கப்படுகின்றன
கி.பி. 581–618	ஸூய் காலம்	
கி.பி. 618–907	த்தாங் காலம்	🕮 கி.பி. 633: ஐம்பெரும் நூல்களின் திருத்திய பதிப்பு உருவாக்கப்படுகிறது. 🕮கி.பி.641: க்கோங் யிங்தா (Kong Yingda – கி.பி. 574 முதல் கி.பி. 648) தலைமையிலான, அரசாங்கத்தால் நிறுவப்பெற்ற குழு, கவித்தொகையின் திருத்திய முழுமையான பதிப்பை உருவாக்குகிறது.
கி.பி. 907–960	ஐந்து அரசுகள் காலம்	
கி.பி. 907–1125	லியாவ் காலம்	
கி.பி. 960–1279	சொங் காலம்	🕮 கி.பி. பன்னிரண்டாம் நூற்றாண்டு: ட்சு ஷ்ஸிழ் எழுதிய ‘பாடல்களின் உரைத் தொகுப்பு’
கி.பி. 1115–1234	சின் காலம்	
கி.பி. 1206–1368	யுவான் காலம்	🕮 கி.பி.1312: அரசாங்க வேலைக்கான அதிகாரபூர்வமான பாடமாக கவித்தொகை தேர்ந்தெடுக்கப்படுகிறது.
கி.பி. 1368–1644	மிங் காலம்	
கி.பி. 1644–1911	ட்ச்சிங் காலம்	🕮 கி.பி. 1847: ச்சன் ஹுவான் (Chen Huan) உரை. ‘தீர விசாரித்து அறியும் முறை’க்கு எடுத்துக்காட்டாக அமைகிறது.

		📖 கி.பி. 1889: மா ழுய்ச்சன் (Ma Rui-chen) உரை. மிக விரிவான ஆராய்ச்சிப் பதிப்பு.
கி.பி. 1911 – 1949	சீனக் குடியரசு	📖 பல நூல்கள்
கி.பி. 1949–	சீன மக்கள் குடியரசு	📖 பல நூல்கள்

* சீனா போன்ற பெரிய புவிப்பரப்பை உடைய நாட்டில், ஒரே நேரத்தில் ஒன்றுக்கும் மேற்பட்ட அரசுகள் வெவ்வேறு நகரங்களைத் தலைநகராகக் கொண்டு கோலோச்சுவது இயல்பே. எனவே ஆண்டுகளின் வரிசையில் ஒன்றன்மேல் ஒன்றாய் அரசுகளின் காலம் குறிக்கப்படலாம்.

ஹிழ் சிங் நூலைத் தமிழாக்கம் செய்தல்

சில செய்முறைக் குறிப்புகளும்
எடுத்துக்காட்டுகளின் வழியிலான உரையாடலும்

கூடுதல் சிக்கல்கள் ●
எடுத்துக்காட்டுகள் ●●

ஒரு மொழிபெயர்ப்பாளனாக இங்கே சில குறிப்புகளைப் பதிவுசெய்வது அவசியம். தன்மை விளக்கமாகவும் மொழிபெயர்ப்பின் உள்கதையாகவும், கவித்தொகை நூலின் மொழிபெயர்ப்புகள் பற்றிய கோடிட்டுக் காட்டும் அறிமுகமாகவும் இது பயன்படும்.

இந்த மொழிபெயர்ப்பில் எதிர்கொண்ட கூடுதல் சிக்கல்கள்

எந்த மொழிபெயர்ப்பு முயற்சிக்கும் அடிப்படையாகச் சில சிக்கல்கள் உண்டு. மூலப் படைப்பில் சொல்லப்பட்ட விஷயங்கள், அவற்றின் பண்பாட்டுக்கூறுகள், ஆளப்பட்ட சொற்கள், மூலமொழியின் இலக்கணம் என்று ஒரு புறமும், இலக்குப் படைப்பின் பயன்பாடும் இலக்கு மொழியின் பண்பாட்டுக் கூறுகள், அதன் சொற்கள், அதன் இலக்கணம் என்று மறுபுறமும் சிக்கல்களுக்கான பல முக்கியமான கூறுகள் அமைகின்றன.

ஆனால், கவித்தொகையை மொழிபெயர்ப்பதில் இந்தப் பொதுச் சிக்கல்கள் அல்லாது சில கூடுதல் சிக்கல்களையும் எதிர்கொள்ள வேண்டியிருந்தது.

எனது தமிழ் இலக்கிய அறிவு மிகக்குறைவு; சீன மொழிப் பயிற்சி, நகைக்கக்கூடிய அளவுக்குக் குறைவு; சீன இலக்கிய அறிவு பற்றிப் பேசவும் வேண்டாம். மொழிபெயர்ப்பதற்கு மிகக் கடினமான மொழிகளில் ஒன்று சீன மொழி. சீன மொழியிலேயே படித்துப் புரிந்துகொள்ளக் கடினமான நூல்களில் ஒன்று கவித்தொகை. புரிந்துகொண்ட பிறகும் பலவகை விளக்கங்களுக்கும் இடம் தரும்படியான செறிவு கொண்டவை கவித்தொகையின் பாடல்கள்.

இந்தக் கூடுதல் சிக்கல்களில், முதலில் சொன்னவை – அதாவது, எனது தமிழ் இலக்கிய அறிவு, சீன மொழிப் பயிற்சி, சீன இலக்கிய அறிவு மிகக்குறைவாக இருத்தல் – பற்றிய ஓர்மையோடுதான் இந்தப் பணியில் இறங்கினேன். உலகளாவிய இலக்கியம் படைத்தவர்களும் அடக்கம் காரணமாகத் தங்களைத் தாழ்த்திக்கொண்ட தமிழ்ப் பரம்பரையின் பின்புலத்தில், உண்மையாகவே உள்ள அறிவுப் பற்றாக்குறை பற்றிய ஒருவரின் தற்கூற்றும் தன்னடக்கமாகவே எடுத்துக்கொள்ளப்படும் அபாயம் உண்டு. தமிழ் இலக்கிய மொழிபெயர்ப்புச் வழலின் வறட்சியின் மீது பாரத்தைப் போட்டுவிட்டுச் சுய விமர்சனத்தின் அவமானத்திலிருந்து தப்பிக்க வேண்டியிருக்கிறது.

எனக்கு மொழிபெயர்ப்பில் நேரடியாக உதவி கிடைத்த விவரங்களை ஒரு தகவலுக்கேனும் இங்கே தரவேண்டும். முதலில், என் ஆசிரியர்கள். பீகிங் பல்கலைக்கழகத்தில் சீன இலக்கியத் துறையின் தலைவர் பேராசிரியர் ட்ச்சீ யோங்ஷ்ஸியாங் அவர்கள் (Qi Yongxiang) இரண்டு வருடங்களுக்கு, வேனிற்காலம், பனிக்காலம் என்று பார்க்காமல், தனிப்பட்ட சிறப்பு வகுப்புகள் நடத்தி, ஒவ்வொரு பாடலாக நிதானமாகச் சொல்லித் தந்தார். பல சீனமொழி விளக்கங்களுக்கும் மொழிபெயர்ப்பு நூல்களுக்குமிடையே உள்ள பொருள் வேறுபாடுகளைச் சுட்டியபோது அவற்றுக்கு மதிப்பளிக்காமல், என் மனத்தில் உள்ள கவிதை உணர்வை நம்பச் சொன்னவர் அவர். அவரிடம் இருந்த கவித்தொகை பற்றிய சில

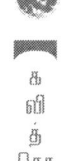

நல்ல நூல்களையும் பிரதி எடுத்துக்கொள்ள அனுமதித்தார். என் இரண்டாவது ஆசிரியர், திருமதி ட்சாங் யீங்ஹுவா (Zhang Yinghua); பெய்சிங் வணிக மற்றும் மேலாண்மைக் கல்லூரியின் மொழித் துறையில் பணியாற்றுபவர். 1998–2000 வருடங்களில் நான் இந்தக் கல்லூரியில் தான் எனது அடிப்படை சீன மொழிப் பயிற்சியை மேற்கொண்டேன். ஆனால், அவர் அப்போது எனக்குப் பாடம் எடுக்கவில்லை. இவரும், இரண்டு வருடங்களுக்கு, கவித்தொகையின் குறிப்பிட்ட பாடல்களைச் சொல்லித் தந்தார். நடுத்தர வயதினர் என்பதால் இணையத்தைப் பயன்படுத்தி, பாடல்களில் வரும் விலங்குகள், தாவரங்கள், கருவிகள் ஆகியவை பற்றிச் சட்டென ஓரிரு ஒளிப்படங்களைக் காட்டி விளக்கிவிடுவார். இந்த இரண்டு ஆசிரியர்களிடமும் வாரம் ஒருமுறை என இரண்டு வகுப்புகளுக்கு, வெவ்வேறு நாட்களில், வெவ்வேறு இடத்தில் பாடம் கேட்கச் சென்றேன். இந்த இரண்டு ஆசிரியர்களிடமுமே எனது நோக்கத்தைச் சொன்னேன்: எனக்குக் கவித்தொகை படிப்பது பிடித்திருக்கிறது. அதை ஆசிரியர்களிடம் பாடம் கேட்பது என்பது அதனளவிலேயே பயனும் மகிழ்வும் தருவதாகும். இதையும் மீறி, எனக்குப் பிடித்த, என் மண்ணுக்குச் சென்றாலும் வேர் விடும் என்றும் என்னால் சமாளிக்க முடியும் என்றும் எனக்குத் தோன்றும் சில பாடல்களை மொழிபெயர்க்கலாம் என்னும் எண்ணம் உண்டு. ஆனால் அது நடக்காமலும் போகலாம். எனவே, எனக்குப் பிடித்த சில பாடல்களைச் சொல்லித் தரவேண்டும். நான் இரண்டு ஆசிரியர்களிடமும், தனித்தனியே, எனது பட்டியலில் உள்ள ஒவ்வொரு பாடலையும் பாடம் கேட்க விரும்புகிறேன். இது போக நான் கவித்தொகையின் விளக்க நூல்களையும் ஏற்கெனவே வந்த ஆங்கில மொழிபெயர்ப்பு நூல்களையும் பார்த்துக்கொண்டு வருவேன். இந்த ஒட்டுமொத்த புரிதல் பல வகையிலும் என் போன்ற ஒரு வாசகனுக்கு, மொழி பெயர்ப்பாளனுக்கு உதவியாக இருக்கும்.

என் ஆசிரியர்கள் இருவருமே, சீன மொழியைத் தாய்மொழியாகக் கொண்ட மாணவர்களுக்குச் சீன இலக்கியத்தைப் பயிற்றுவிக்கும் ஆசிரியர்கள். அவர்கள், எனது மிகக்குறைந்த சீன மொழி அறிவுக்கு எவ்வளவு சொல்லித் தர முடியுமோ அவ்வளவையும் சொல்லித் தந்தார்கள். அவர்களது பொறுமையும் என் மீது வைத்திருந்த அன்பும் வெளிநாட்டவரிடம் மரியாதை செலுத்தும் பண்புமே இந்த வகுப்புகளைத் தொடர்ந்து சாத்தியமாக்கின.

நான் கற்பதற்குத் தேர்ந்தெடுத்த பெரும்பாலான பாடல்கள், மொழிபெயர்ப்புக்குத் தோதானதாக இருந்தன. ஆரம்பம் முதலே இந்த மொழிபெயர்ப்பு நூல், கவித்தொகை பற்றிய எனது அறிமுக முயற்சி என்பதில் நான் தீர்மானமாய் இருந்தேன். கவித்தொகையின் பல்வேறு முகங்களையும் முழுமையாக அறிமுகம் செய்யும் வகையில் எனது பாடல் தேர்வு நடக்கவில்லை. எனக்குப் பிடித்த, மொழி பெயர்ப்புக்கு உகந்ததாக எனக்குத் தோன்றிய பாடல்களின் தொகுப்பே இது. இந்தத் தன்னிலைப் பார்வையுடன் செய்யப்பட்ட தேர்விலும் கவித்தொகையின் பன்முகத்தன்மை ஓரளவு வெளிப்பட்டிருப்பதாகவே தோன்றுகிறது. மிகவும் விவாதத்திற்குள்ளான பாடல்களைத் தவிர்த்துவிட்டேன் – அவை பற்றிய விவாதத்தை

விரிவாக அறிமுகம் செய்தாலன்றி அந்தப் பாடல்களை அணுக முடியாது. அப்படிச் செய்வது, இந்த நூலின் நோக்கத்துக்கு அப்பாற் பட்டது. பெரும்பாலும் அளவில் சிறிய பாடல்களையே நான் தேர்ந்தெடுத்தேன் – அவை நறுக்கெனக் கவிதையுணர்வை முன்வைத்த வகை ஒரு அறிமுக நூலுக்கு உகந்ததாகத் தோன்றியது. (இதையும் மீறி, 'ஏழாவது நாள்' என்னும் ஒரு பெரும்பாடலை மொழிபெயர்த்து விடலாமே என்று சில வருடங்களாக நான் ஆசைப்பட்டுக் கொண்டிருக்கிறேன். அந்தக் கவிதையை மொழிபெயர்க்காமல் இருப்பது பெருங்கொடுமை. தினசரி வாழ்வின் மேன்மையும், கவிதைப் பார்வையின் துல்லியமும் கவியமைதியும் பின்னிப்பிணையும் அற்புதமான கவிதை அது. அடுத்த சுற்றில் கை வைக்க வேண்டியதுதான்.) கவிதைத் தேர்வில் நான் மேற்கொண்ட கோட்பாடுகளில் இன்னொன்று, சீன வரலாறு பற்றிய விரிவான அறிமுகம் தேவைப் படும் கவிதைகளைத் தவிர்க்கலாம் என்பது.

எனது வீட்டில் ஒரு மொழிபெயர்ப்புக் கலந்துரையாடல் குழுவை உருவாக்கினோம். சீன வானொலி நிலையத்தில், பன்னாட்டு வானொலியின் தமிழ்ப் பிரிவிலிருந்து தனிப்பட்ட அளவில் நிறைய உதவி கிடைத்தது. அங்கே தமிழ் படித்த சீனர்கள் ஏறக்குறைய பத்துப்பேர் இருந்தார்கள். ஆயினும், அவர்களது தமிழ், செய்தி வாசிப்பதற்கானது. அதற்கு மேல் தமிழில் அவர்களுக்கு அறிமுகம் அதிகம் இல்லை. இந்தியாவிலிருந்து வந்து, சீனப் பணியாளர்களுக்கு உதவிய தமிழ் நிபுணர்கள் திரு மரியா மைக்கிள் மற்றும் திரு அந்தோனி கிளீட்டஸ். இருவரும் தமிழ்நாட்டைச் சேர்ந்தவர்கள். சீனத்தைத் தாய்மொழியாகக் கொண்ட, தமிழ் தெரிந்த நண்பர்களில் ஒருவர் திரு *ட்ஸொவ் ட்ஸிழ்ஹுவா (Zou Zihua)*. இவருக்குத் தமிழ் படிக்கும்போது கொடுக்கப்பட்ட பெயர் அரவிந்தன். அடுத்தவர் செல்வி *ஹான் ச்சொங் (Han Chong)*. இவரது தமிழ்ப் பெயர் திலகவதி. எனவே, இந்தியாவைச் சேர்ந்த தமிழர் இருவர், சீனாவைச் சேர்ந்த தமிழ் தெரிந்த நண்பர்கள் இருவர், என் மனைவி வைதேஹி, நான் என ஆறு பேரும், வாரக்கடைசிகளில் – அவர்களது ஒலிபரப்பு நேரத்தைக் கருத்தில் கொண்டு, பெரும்பாலும் சனிக்கிழமை மதியங்களில் – ஏறத்தாழ மூன்று மணி நேரம் செலவிடுவோம். இதில் பெரும்பாலும் கவித்தொகையின் ஒரு பாடல் பற்றிய அலசல் நடக்கும். பெரிய பாடல்களாக இருந்தால், இரண்டு மூன்று வாரங் களுக்கு அது தொடரும். இந்த மொழிபெயர்ப்பு உரையாடல்கள், சீன மூலத்தைப் புரிந்துகொள்ளவும், தமிழில் மொழிபெயர்த்தபின் உள்ள வடிவம் பற்றியும் நேரடியாக ஒரு பட்டறை போன்ற அமைப்பில் உரையாடல்கள் மூலம் கருத்துகளைப் பரிமாறிக் கொள்ளவும் மொழிபெயர்ப்பைச் செப்பம் செய்யவும் பேருதவியாக இருந்தன. மேலும், 'இந்தப் பொருள் வருமென்று தோன்றவில்லை' போன்ற உள்ளுணர்வு கொண்ட பல கணங்களை – இதுவும் மிக முக்கியமென நம்புகிறேன் – உருவாக்கித் தந்தன. 'நாங்கள் பள்ளியில் படிக்கும்போது...' என்றோ, 'இதே போல், சீனாவின் இடைக்கால இலக்கியம் ஒன்றில்...' என்றோ, 'இன்றும் எங்கள் வீட்டில் யாரேனும் தும்மினால்...' என்றோ இந்த உரையாடல்களின் போது வந்துசேர்ந்த செல்வங்கள் அளவிலாதவை.

கவித்தொகையின் பாடல்களில் இடம்பெறும் தாவரங்களைப் பற்றியும் விலங்குகளைப் பற்றியும் பல ஆராய்ச்சிகள் மேற்கொள்ளப் பட்டுள்ளன. பலர், இவை குறித்துத் தனி நூலே எழுதியிருக்கிறார்கள். கவித்தொகையில் குறிப்பிடப்பட்டுள்ள பல தாவரங்களும் விலங்கு களும் தற்காலத்துச் சீன மக்களுக்கே அறிமுகம் இல்லாதவை. மேலும், அந்தத் தாவரங்களோ விலங்குகளோ தற்காலத்தில் இருந்தாலும், அவற்றின் தற்காலப் பெயர் வேறாக இருக்கிறது. எனவே, இவற்றின் பொதுப்பெயரை விட்டுவிட்டு, தாவரவியல் மற்றும் விலங்கியல் வாயிலாக அவற்றின் வகைப்பாட்டியலில் (*Taxonomy*) அறியப்படும் அறிவியல் பெயரை முதலில் அடைய வேண்டியிருந்தது. பிறகு அந்தத் தாவரம் மற்றும் விலங்கு பற்றிப் படித்தல் நிகழ்ந்தது. அதற்குப் பிறகு தமிழில் அந்தத் தாவரத்துக்கோ விலங்குக்கோ பெயர் உண்டா என்று பார்க்க வேண்டியிருந்தது. மறுபடியும், தமிழில் இக்காலத்துப் பொதுப்பெயர், பழங்காலத்தில் புழங்கிய பெயர் என்று மற்றொரு சுற்று வரவேண்டியிருந்தது. அப்படி இல்லாவிடில் என்னும் கேள்வியை எதிர்கொள்ள வேண்டியிருந்தது.

சீன நூல்களில் த்தொங் காவ் மற்றும் லியு க்குன் எழுதிய 'கவித்தொகையில் விலங்குகள்' (Tong Gao and Liu Kun. *Animals of Shi Jing*. Beijing: China Book Publishing, 2005) நூலை வாங்கினேன். இதில், ஒவ்வொரு விலங்குக்கும் கோட்டோவிய வரைபடங்களும் அந்த விலங்கு, கவித்தொகையின் எந்தெந்தப் பாடல்களில் குறிப்பிடப் பட்டுள்ளது எனும் தகவலும் அது குறிப்பிடப்படும் பாடலின் வரிகளும் தரப்பட்டுள்ளன. மேலும், ப்பான் ஃபுசுன் எழுதிய 'கவித்தொகையில் தாவரங்கள்' (Pan Fujun. *Plants in Shi Jing*. Shanghai: Shanghai Library Publications, 2003.) என்னும் நூலையும் வாங்கினேன். இந்த நூலில், இதன் ஆசிரியரும் அவரது ஒளிப்பட நிபுணரான லு ஷங்யொவ்–வும், காடு மலை எல்லாம் சுற்றி, ஒவ்வொரு தாவரத்தையும் படம்பிடித்து அச்சிட்டு, கவித்தொகையில் அவை குறிப்பிடப்படும் வரிகளையும் சுட்டிக்காட்டும்படி எழுதிய விளக்கமான தகவல்கள் தரப்பட்டுள்ளன.

சீன மொழியிலிருந்து தமிழுக்குத் தாவும் பெரிய வேலையிலும் பலர் உதவினார்கள். 'மொழி' நிறுவனத்தைச் சேர்ந்த திரு.பா.ரா. சுப்பிரமணியன், சங்க இலக்கியத்தில் புள்ளின விளக்கம், மற்றும் சங்க இலக்கியத்தில் செடிகொடி விளக்கம் என்னும் திரு பி.எல்.சாமி எழுதிய இரு நூலைகளைத் தந்து உதவினார். சென்னைக் கிறித்துவக் கல்லூரியின் ஆங்கிலத் துறையில் பணியாற்றிய திரு நிர்மல் செல்வமணி – சூழலியலுக்கும் இலக்கியத்துக்குமான உறவை அடிப்படையாகக் கொண்டு முக்கியமான பணிகளைச் செய்து வருகிறார். இவரும், தாவரவியலில் உதவக்கூடியவர்களைத் தொடர்புபடுத்திக் கொடுத்தார்.

மனோன்மணியம் சுந்தரனார் பல்கலைக்கழகத்தில் இணைப் பேராசிரியராகப் பணியாற்றும் திரு பெருமாள் ரவிச்சந்திரன் (அவருக்குக் கோரைப்புல் ஆராய்ச்சியில் உள்ள ஆர்வத்தின் காரணமாக, 'புல்' ரவி – Grass Ravi – என்று அழைக்கப்படுகிறார்) பல பாடல்களில் சொல்லப்பட்டிருக்கும் தாவரங்களின் தமிழ்ப்பெயர்

களைச் சுட்டிக்காட்டி உதவினார். ஓரளவு தெரிந்திருந்த தாவரங்களின் பெயர்களையும் இவர் உறுதிப்படுத்தியபோது, மனம் தெம்பாக இருந்தது. திரு ராமமூர்த்தி சுகந்தன் என்னும் சூழலியல் முனைவர் பட்டப்படிப்பு மாணவர் மின்மடல் மூலம் அறிமுகப்படுத்திக் கொண்டு உதவினார்.

இப்படி இருந்தும் தாவரங்களின் பெயர்களும் விலங்குகளின் பெயர்கள் ஆயாசம் தரும் அளவுக்குச் சிக்கலைத் தந்தன. பெரும்பாலும் முடியாமல், அல்லது போகட்டும் என்று, விட்டுவிட்ட நிலையில்தான் இவை பற்றிய மொழிபெயர்ப்பு நிற்பதாக என்னளவில் எண்ணிக்கொள்கிறேன்.

இத்தனை பேரின் அறிவும் அக்கறையும் என்மீது பொழியப் பட்டாலும் எனது ஓட்டைத் தமிழ்த் தட்டிலும் எனது உடைந்த சீனக் கிண்ணத்திலும் என்னால் பிடிக்க முடிந்தவற்றைத்தான் இந்த நூலின் மொழிபெயர்ப்பில் பயன்படுத்தியுள்ளேன்.

இனி மற்ற சிக்கல்களைப் பார்ப்போம்.

மொழிபெயர்ப்பதற்கு மிகக் கடினமான மொழிகளில் ஒன்று சீனம். நான் பன்மொழி வல்லுநன் அல்லன். சொல்லிக் கொடுப்பவர்கள் ஏதோ தப்பாகச் சொல்கிறார்கள் என்று தோன்றும் அளவுக்கு எனக்குப் பரிச்சயமான மொழிகளிலிருந்து வேறுபட்டது சீன மொழி. அ, ஆ, இ, ஈ அல்லது A, B, C, D போன்ற எழுத்துக்களே இல்லாமல், நேரடியாக அம்மா, ஆடு, இலை, ஈ அல்லது Apple, Baby, Cat, Dog என்று சொற்களையே அடிப்படையாகக் கொண்டது சீன மொழி. ஆகையால், 12 உயிரெழுத்தும் 18 மெய்யெழுத்தும் கற்றோம், பிறகு எழுத்துக்கூட்டிச் சொற்களைக் கற்றுக்கொள்ளலாம் என்று இல்லாமல், ஒவ்வொரு சொல்லையுமே சீன மொழியில் தனித்தனியாகக் கற்றுக்கொள்ள வேண்டியிருக்கிறது. முன்பின் பார்க்காத ஒருவரை முதலில் சந்திக்கும்போது அவரது பெயர் என்ன என்று ஊகிக்கமுடியாததைப் போல் ஒரு சீனச் சொல்லை முதலில் பார்த்தால், அதை எப்படி ஒலிப்பது என்பதையோ அதன் பொருளையோ தெரிந்துகொள்ள முடியாது. சீனச்சொற்கள் சித்திர எழுத்துக்கள் என்பதெல்லாம் வேலைக்கு ஆகாத கதை.

சொல்லின் பொருள் இப்படி இருக்கையில், சீன மொழியின் இலக்கணமும் மிக அடிப்படையளவிலேயே நின்றுவிடுகிறது. எடுத்துக்காட்டாக, சொற்களுக்கு இடையே உள்ள தொடர்பை வேற்றுமைப்படுத்திக்காட்டும் வேற்றுமை உருபுகள் அதிகம் இல்லை. ஆகையால், 'நான் அவரைப் பார்க்கிறேன்' என்பது 'நான் அவர் பார்வை' என்று நின்றுவிடுகிறது. ஒருமை, பன்மை வேறுபாடும் இல்லை. 'நாற்காலி', 'நாற்காலிகள்' என்னும் இரண்டுமே 'நாற்காலி' தான். சூழலை வைத்துத்தான் புரிந்துகொள்ள வேண்டும். இறந்தகாலம், நிகழ்காலம், எதிர்காலம் என்னும் வேறுபாடுகளும் பல இடங்களில் மயங்கும். செய்வினை, செயப்பாட்டுவினையும் எப்போதும் மயங்காதிருக்கும் என்று சொல்லமுடியாது. இது போன்ற கூறுகளின் காரணமாக, மொழிபெயர்க்கும்போது, பொருள் என்னவாக இருக்கலாம் என்கிற எண்ணம் அலைக்கழித்துவிடுகிறது.

மொழிபெயர்ப்பில் கடினமானது கவிதையை மொழிபெயர்ப்பது. ஒரு மொழியிலுள்ள கவிதையை அந்த மொழியிலேயே வேறு சொற்களைக்கொண்டும் எழுதிவிட முடியாது என்று இருக்கையில், வேறு மொழியில், நேரடியான அதே பொருளைத் தரக்கூடிய சொற்கள் இல்லாத சூழலில், கவிதை உணர்வுடன் கொண்டு செல்ல முனைவது எளிதல்ல. இதில், பழமையான இலக்கியங்கள் கூடுதல் சிக்கல்களை உருவாக்குபவை. அவற்றைப் புரிந்துகொள்ளவும் கூட அவை உருவான காலத்தின் மொழிக்கூறுகளையும் பண்பாட்டுக்கூறுகளையும் உள்வாங்க வேண்டும். அதிலும், பல சமயங்களில், ஒன்றுக்கும் மேற்பட்ட பொருள் விளக்கங்களுக்கு இடம்தரும் வகையில் அவை அமைந்திருக்கும்.

லீ பாய் என்னும் சீனப்புலவர் எட்டாம் நூற்றாண்டில் எழுதிய ஒரு 14 வரி கவிதையை, 1900 முதல் தற்காலம்வரை பலரும் ஆங்கிலத்தில் மொழிபெயர்த்திருக்கிறார்கள். அதில் 43 மொழி பெயர்ப்பாளர்களின் மொழிபெயர்ப்புகளைக் கீழே உள்ள இணையச் சுட்டியில் படிக்கலாம். (முதலில் 32 மொழிபெயர்ப்புகள் தரப்பட்டி ருந்தாலும், 2011 வரையிலான, எஸ்ரா பவுண்ட், ஆதர் வாலி, டேனியல் பல்கோவ்ஸ்கி, ஸ்டீவன் ஒவன், டேவிட் லுண்ட் போன்றவர்களின் 43 மொழிபெயர்ப்புகள் உள்ளன):

http://clatterymachinery.wordpress.com/2007/01/26/li-bai-drinking-alone-with-the-moon-his-shadow-32-translators/

இவற்றில் சிலவற்றைப் படித்தால், 'எப்படி ஒரே கவிதையை இவ்வளவு வேறுபாடுகள் கொண்டதாகப் புரிந்துகொள்ளமுடியும்?' என்று தோன்றும். இதற்குக் காரணம், சீனக் கவிதையின் கட்டமைப்பு தரும் மொழிபெயர்ப்புச் சுதந்திரம்.

கவித்தொகை நூல், சீன இலக்கிய விற்பன்னர்களே எளிதில் தொடமுடியாத நூல். தொட்டவர்களுக்கு இடையேயும், கவித்தொகையின் பாடல்களுக்கு அவர்கள் சொல்லும் பொருள் பெரும் வேறுபாடுகளைக் கொண்டிருக்கிறது. எது சரி என்னும் விவாதங்கள் தொடர்ந்தபடி இருக்கின்றன. மேலும், தமிழின் சங்கப்பாடல்களில் உள்ள 'பருவம் கண்டு அழிந்த தலைமகள் தோழிக்குச் சொல்லியது', 'தலைமகளது குறிப்பு அறிந்து, தோழி தலைமகனைச் செலவு அழுங்கச் சொல்லியது' போன்ற விளக்கங்கள் கவித்தொகைப் பாடல்களுக்குக் கொடுக்கப்படவில்லை. எனவே, யார் யாருக்குச் சொல்லியது என்ற அடிப்படைக் கேள்வியே கவித்தொகைப் பாடல்களில் விடையின்றி நிற்கிறது. எனவே, ஒரே பாடலுக்கு, இது 'தலைவன் தலைவிக்குச் சொல்லியது' என்று சிலரும் 'இல்லை, தலைவி தோழிக்குச் சொல்லியது' என்று சிலரும் 'இல்லையில்லை, தோழி மன்னனுக்குச் சொல்லியது' என்று சிலரும் விளக்கம் எழுதும் அளவுக்குக் குழப்பங்கள் கூடிவிடுகின்றன. இதுபோக, தத்துவக்காரர்கள் மற்றும் அரசாங்க வசதிக்காக, கவித்தொகையின் விளக்க உரைகள் அநியாயமாகத் திரிக்கப்பட்டு, முற்றிலும் ஒவ்வாத விளக்கங்கள் எழுதப்பட்டு, அவையே உண்மை என்று நூற்றுக்கணக் கான வருடங்களாகப் போதிக்கப்பட்டன ('காலந்தோறும்

கவித்தொகை' என்னும் கட்டுரையில் இது பற்றிய விளக்கம் தரப்பட்டுள்ளது). கவித்தொகையில் பயன்படுத்தப்பட்டுள்ள பல சொற்கள் தற்காலத்தில் வழக்கத்தில் இல்லை. இவையெல்லாம், கவித்தொகையின் மொழிபெயர்ப்பு முயற்சிகளைக் கடுமையாக்கி விடுகின்றன.

ஆங்கிலத்தில் கவித்தொகைக்குப் பல மொழிபெயர்ப்புகள் உள்ளன. ஆதர் வாலியின் மொழிபெயர்ப்பு இதில் முக்கியமானது. ஆதர் வாலியின் மொழிபெயர்ப்பை அடிப்படையாகக் கொண்டு, ஜோசப் ஆலன் வெளியிட்டுள்ள 'The Book of Songs: The Ancient Chinese Classis of Poetry' (Grove Press, New York, 1996) என்கிற நூல்தான் எனது வாசிப்புக்கு ஓரளவு உடன்பாடாக இருந்தது. யாரேனும் ஆங்கிலத்தில் கவித்தொகை நூலை அணுக விரும்பினால், இதை சிபாரிசு செய்வேன். அது ஏன் என்பதைவிட, இன்னொரு நூலைப் பற்றிப் பேசினால், கவித்தொகையை மொழிபெயர்ப்பது பற்றிய தெளிவு கூடும். 'The Classic Anthology Defined by Confucius' என்னும் எஸ்ரா பவுண்டின் மொழிபெயர்ப்பு (Cambridge: Harvard University Press, 1954), கவித்தொகைக்கு ஆங்கிலம்கூறு நல்லுலகில் பெரிய வரவேற்பை ஏற்படுத்தித் தந்தது. இந்த நூலைப் பற்றிய, ஜார்ஜ் ஏ கென்னடியின் தேர்ந்தெடுக்கப்பட்ட படைப்புகளில் இடம்பெற்றிருக்கும் 'பென்னோலோசா, பவுண்ட் மற்றும் சீனச் சொற்கள்' (Fennollosa, Pound and the Chinese Character) என்னும் கட்டுரை 1958இல் வெளியானது (ஏல் இலக்கிய இதழ், தொகுதி 126, எண் 5, டிசம்பர் 1958, பக் 24–36). அதன் சுருக்கப்பட்ட வடிவத்தை இந்த இணையச் சுட்டியில் படிக்கலாம்:

http://pinyin.info/readings/texts/ezra_pound_chinese.html

இந்தக் கட்டுரையிலிருந்து சில பகுதிகளை முன்வைத்து, கவித்தொகையின் மொழிபெயர்ப்புச் சிக்கல்களை அலசலாம். (குறிப்பு: இந்த ஆங்கிலக் கட்டுரையின் பெரும்பாலான பகுதிகளைத் தமிழாக்கித் தந்து உதவியர் திரு மு.இராமனாதன். முதலில், இந்தக் கட்டுரையின் சுருக்கப்பட்ட வடிவத்தின் மொழிபெயர்ப்பை முற்றான ஒரு தனிக்கட்டுரையாக இந்த நூலில் பதிப்பிக்க எண்ணியிருந்தோம். ஆனால், ஓர் இலக்கியப் படைப்பு பற்றிய அறிமுக நூலின் வீச்சுக்கும் மீறி, இக்கட்டுரை சீனச் சொற்கள், அவற்றின் அமைப்பு போன்ற தளங்களில் மிக ஆழமாகப் பயணிப்பதால் விடப்பட்டது). இந்தக் கட்டுரையின் தேர்ந்தெடுக்கப்பட்ட பத்திகளை வாசிப்பதற்கு முன்னால், மூன்று நபர்களைப் பற்றிய தெளிவு இருப்பது நல்லது. கட்டுரையின் ஆசிரியர் ஜார்ஜ் எ.கென்னடி. இவர் எஸ்ரா பவுண்ட் என்னும் எழுத்தாளரின் கவித்தொகை மொழிபெயர்ப்பை விமர்சிக்கிறார். பென்னோலோசா என்பவர் எஸ்ரா பவுண்டின் முன்னோடி. பென்னோலோசாவின் சீனச் சொற்கள் பற்றிய ஒரு கட்டுரை எஸ்ரா பவுண்டின் மொழிபெயர்ப்புக்கு உதவியாக இருந்தது. அந்த பென்னோலோசா எழுதிய கட்டுரையையும் கென்னடியின் கட்டுரை விமர்சிக்கிறது.

ஜார்ஜ் எ.கென்னடியின் கட்டுரை இப்படித் தொடங்குகிறது:

'1954இல் எஸ்ரா பவுண்ட் சீனத் தொன்மை இலக்கியங்களை மொழிபெயர்த்து வெளியிட்டார். நூலின் பெயர்: கன்ஃப்யூஷியஸ் வரையறுத்த தொன்மை நூல் (ஹார்வார்ட் பல்கலைக்கழகப் பதிப்பு). உடனடியாக, இம்மொழிபெயர்ப்பு, இதற்கு முன் வெளியான இவ்வகையிலான எண்ணற்ற நூல்களிலிருந்து தனித்து நிற்பதாக அங்கீகரிக்கப்பட்டது. 'எஸ்ரா பவுண்ட் நமது காலத்தின் முதன்மையான மொழிபெயர்ப்பாளர்' எனும் ரிச்சர்ட் வில்பரின் மேற்கோள் நூலின் பின்னட்டையில் இடம்பெற்றது. 'திரு. பவுண்ட் உச்சத்தில் விளங்குகிறார்' என்று ஐ.ஏ.ரிச்சர்ட்ஸ் புகழ்ந்துரைத்தார். அக்கிலீஸ் ஃபாங் நூலுக்கு வழங்கிய முன்னுரையில், 'பவுண்ட் இப்போது ஒரு கன்ஃப்யூஷியக் கவிஞராக வெளிப்படுகிறார்' என்றார்.

இந்த இடத்தில் பொதிந்திருக்கும் ஒரு மர்மமான கேள்வி நம் ஆர்வத்தைக் கிளறுகிறது. பாடல் நூலை ஆங்கிலத்தில் மொழிபெயர்த்த லெக்கே, கைல்ஸ், வாலே, கார்ல்கிரன் போன்றவர்களைப் போல் பவுண்ட் சீன மொழியை முறையாகக் கற்றவரல்ல. 'பவுண்ட்டின் மொழிபெயர்ப்பு... நாற்பதாண்டு கால சீன மொழி ஆய்வுகளின் உச்சம்' என்று அவரது நூலின் பின்னட்டை பறைசாற்றுகிறது. ஆனால் பவுண்டே இப்படிச் சொல்வதற்கு விழைந்திருப்பாரா என்பது ஐயமே. தானே பங்களிப்பதைக் காட்டிலும் இதை ஒரு மொழிபெயர்ப்புக் கலையாக மட்டுமே அவர் பார்க்க விரும்பினார். தனது 'புலமை'யின் வெளிப்பாடாக இந்நூலைப் பார்க்கலாகாது என்று அவர் நேரடியாகத் தெரிவிக்கிறார். இப்போது நாம் கேட்க விரும்பும் வினாவை இப்படிச் சொல்லலாம்: பவுண்டின் மொழிபெயர்ப்பின் சிறப்பு அவரது கவித்துவம் மிகுந்த ஆங்கிலமும் மேன்மையான நடையும் கொண்ட இறுதி வடிவத்தில் இருக்கிறதா? அல்லது இம்மொழி பெயர்ப்புக்கு மூலப் பொருளை வழங்கிய சீனக் கவிகளின் கருத்தையும் கலையையும் ஆழமாக ஊடுருவி வெளிக் கொணரப்பட்டிருக்கும் அதன் தோற்றுவாயில் இருக்கிறதா? இதற்கான விடை சீன மொழியைக் கற்பவர்கள் அனைவருக்கும் ஆர்வம் உண்டாக்க வல்லது. அவர்கள் தங்களது மனநிறைவுக்காகச் சீன மொழியைக் கற்பவர்களாக இருக்கலாம், அல்லது மொழிபெயர்ப்பின் வாயிலாக மற்றவர்களுக்கு இம்மகிழ்வைப் பகிர்ந்தளிக்க விரும்புபவர்களாக இருக்கலாம்.'

இந்தக் கட்டுரையில், மொழிபெயர்ப்பின் தலையாய சிக்கல்களில் ஒன்றை முன்வைக்கிறார் கென்னடி. மொழிபெயர்க்கப்பட்ட படைப்பின் சுவை படிப்பவர்களுக்குக் கிடைக்கிறது. ஆனால், இந்த ரசிக்கத்தக்க படைப்பு, மூலத்திலிருந்து மாறுபட்டிருந்தால் அது நல்ல மொழிபெயர்ப்பா? அல்லது வேறுபட்டேயிருந்தால் – ஒரு புது படைப்பாகவே ஆகிவிட்டிருந்தால் – மொழிபெயர்ப்பாளரின் பங்களிப்பை எப்படி எடை போடுவது?

கென்னடியின் கட்டுரை எர்னஸ்ட் பென்னோலோசா எழுதிய 'சீனச் சொற்களின் வாயிலாகக் கவிதை' என்னும் கட்டுரையையும் விரிவாக அலசுகிறது. ஏனெனில், பென்னோலோசா எழுதிய இந்தக் கட்டுரை, பவுண்டுக்குப் பெரிய தாக்கம் தந்த ஒரு படைப்பாக இருந்துவந்திருக்கிறது. எஸ்ரா பவுண்டின் மொழிபெயர்ப்பு அணுகுமுறை, பென்னோலோசா எழுதிய கட்டுரையில் உள்ள சீன எழுத்துக்கள் பற்றிய அணுகுமுறையை அடிப்படையாகக் கொண்டிருப்பதால் இதைத் தெரிந்துகொள்வது நல்லது. பென்னோலோசாவின் கட்டுரையை கென்னடி அறிமுகம் செய்யும் போது சொல்கிறார்:

> 'பென்னோலோசாவின் கட்டுரை ஒரு சிறிய குழப்ப மூட்டை. நாற்பத்து நான்கு பக்கங்களுக்குள் அவர் நாலு கால் பாய்ச்சலில் பல்வேறு திசைகளிலும் பாய்ந்தோடுகிறார். எதிர்ப்பேச்சில்லாத முகமற்ற எதிரிகளுடன் பொருதுகிறார்.'

பென்னோலோசாவின் கட்டுரைக்குள் நாம் முழுதாக நுழைவதற்குச் சீனச் சொற்களின் அமைப்பு, வரலாறு என்று நெடும் பயணங்கள் மேற்கொள்ள வேண்டியிருக்கும். ஆனால், அவரது சீன எழுத்துக்கள் பற்றிய பார்வையைச் சுருக்கமாகவாவது புரிந்துகொள்ள வேண்டும். பென்னோலோசாவைப் பொறுத்தவரை சீனச் சொற்கள் நூதனமானவை. அவற்றைச் சாதாரணமாக, சீனர்கள் புரிந்துகொள்ளுவதைப் போல் புரிந்துகொள்ளக் கூடாது. அதாவது, 'அம்மா' என்று ஒரு சொல் இருந்தால் அந்தச் சொல்லை வெறும் அம்மா என்று பொருள் தருவதாகக்கொள்ளக் கூடாது. அந்த சொல்லை எழுதிய வகையில், அந்தச் சொல் தோன்றியபோது இருந்த, பொருளையும் சேர்த்தே உள்வாங்க வேண்டும். இது சட்டெனப் புரியாத ஒரு அணுகுமுறை என்பதால், மேலும் கொஞ்சம் விளக்க வேண்டியிருக்கிறது.

எடுத்துக்காட்டாக, 'அ' என்ற எழுத்தை எடுத்துக்கொள்வோம். யாரேனும் ஒரு தமிழறிஞர், 'அ' என்னும் எழுத்தின் வரிவடிவம், 'ஒரு தாய் உட்கார்ந்திருக்கும் உருவத்தை அடிப்படையாகக் கொண்டு உருவானது' என்று சொல்கிறார் என்றும் எடுத்துக்கொள்வோம். (இது ஒன்றும் புதிதில்லை – தமிழ்நாட்டில் சிலர் இப்படிச் சொல்லிக் கேட்டிருக்கிறேன். 'அ' என்கிற எழுத்தின் சுழி அம்மாவின் தலை; அடிபாகம், அமர்ந்த நிலையுள்ள அம்மாவின் கால்கள்; நிற்கும் கொம்பு, அம்மாவின் முதுகு என்று போகிறது விளக்கம்.) அப்படி எடுத்துக்கொண்டால், 'அ' என்னும் எழுத்தைப் பயன்படுத்தி எழுதும் எந்தச் சொல்லுமே, 'அம்மா என்னும் பொருளையும் உள்ளடக்கியதாகத்தான் இருக்க வேண்டும்' என்கிறது பென்னோலோசாவின் கோட்பாடு. எடுத்துக்காட்டாக, அரிவாள், அலகு, அற்பம், அதே என்று எந்தச் சொல் இருந்தாலும் அதில் அம்மா என்கிற பொருளையும் உள்ளடக்கிய பொருள் விளக்கமே முழுமையானதாக இருக்கும். இந்த விபரீதத்தால், 'அதே' என்னும் சொல், 'அம்மாவைப் போன்றது' என்றும், 'அற்பம்' என்னும் சொல், 'அம்மாவின் சிறுமை' என்றும் பொருள் விளக்கம் பெறக்கூடும். மேலும் பதைப்பதற்கு முன், அடுத்துவரும் பென்னோலோசாவின் வரிகளைக் கவனிப்போம்:

'எழுதப்படும் ஒவ்வொரு சீனச் சொல்லிற்கும் அடியில் ஒரு சொல் பொதிந்திருக்கிறது. எனினும் அது பூடகமானதாக இல்லை; சொல்லிலக்கணக் கூறுகளிலிருந்து விலகி நிற்கவுமில்லை; ஆனால் அது முழுமையானது; அது பெயரோ வினையோ பெயரடையோ (adjective) அல்ல; ஆனால் ஒரே நேரத்தில் எல்லாமாகவும் இருக்கிறது, எல்லாச் சமயங்களிலும்.' – பென்னோலோசா.

இது முழுமையாக நமக்குப் புரியாதிருக்கலாம். யாருக்காவது – பென்னோலோசா உட்பட – இது புரிந்ததா என்பதும் தெரியவில்லை. இதற்கு அடுத்தபடியாக, இந்த 'அடியில் பொதிந்திருக்கும் சொல்' ஒரு வினைச்சொல்லே என்கிறார் பென்னோலோசா:

"மிகப் பல சீனக் குறியீடுகளின் வேர்கள் செயல்பாட்டின் வார்த்தை வடிவங்கள்... பெரும்பாலான புராதனச் சீனச் சொற்கள் செயல் வடிவம் அல்லது அவற்றின் வளர்ச்சியின் சுருக்கெழுத்துப் படங்களே.' – பென்னோலோசா.

கென்னடி, பென்னோலோசாவின் இலக்கணக் கூறுகள் பற்றிய அணுகுமுறையை விவரிக்கிறார்:

'(பென்னோலோசா) தொடர்ந்து சீன மொழியின் பெயர்ச் சொற்கள், வினைச் சொற்கள், பெயரடைகள், சுட்டுப்பெயர்கள் (pronouns) குறித்தும், மேலும் முன்னிடைச்சொற்கள் (preposition) மற்றும் இணையிடைச்சொற்கள் (conjunction) குறித்தும் பேசுகிறார். மற்ற இலக்கணக்கூறுகள் அனைத்தும் வினைச்சொற்களிலிருந்து பெறப்பட்டவை என்று காட்டுவதே அவரது நோக்கம். ஒரு மொழியின் சொற்கள் எங்ஙனம் பயன்படுகிறது என்று விரிவாக விளக்கும் இலக்கண ஆசிரியனாகவும் (descriptive grammarian), அதற்கு மறுபுடையாக ஒரு மொழியில் சொற்கள் எங்ஙனம் பயன்படுத்தப்பட வேண்டுமென்று வரையறுத்துக்கூறும் இலக் கண ஆசிரியனாகவும் (prescriptive grammarian) மாறி மாறிச் செயலாற்றும் பென்னோலோசா, இந்த இடத்தில் தன்னை ஒரு இலக்கண வரலாற்று ஆசிரியனாகவும் வரித்துக்கொள்கிறார்.'

அதாவது, எல்லாச் சீனச் சொற்களுக்கும், வினைச் சொற்களே அடிப்படைக் கூறுகளாக இருந்தன என்பது பென்னோலோசாவின் ஆதாரக் கோட்பாடுகளுள் ஒன்று. இப்போது, நமது எடுத்துக்காட்டை இன்னும் சற்று வலிந்து பார்ப்போம். 'அ' என்னும் எழுத்து, அம்மாவைக் குறித்தாலும், 'பாலூட்டுதல்' என்னும் வினையையே அடிப்படையாகக் கொண்டது என்று விரித்துச் செல்ல முடியும். இங்கிருந்து ஒரே தாவாகத்தாவி, 'அதே' என்னும் சொல், 'பாலூட்டுவதைப் போன்றது' என்றும், 'அரிவாள்' என்பது 'பாலூறும் கூர்க்கருவி' என்றெல்லாமும் பொருள் விளக்கம் தர முடியும்!

வினைச் சொற்கள்தாம் எல்லாச் சீனச் சொற்களின் அடிப்படை என்றும், எல்லாச் சொல்லிலும் இந்த வினையின் பொருளை உள்வாங்கி மொழிபெயர்த்தால் கவிதை மொழிபெயர்ப்பு உரமாகவும் உயிர்த்துடிப்பாகவும் இருக்கும் என்கிறார் பென்னோலோசா.

பென்னோலோசா, இன்னும் மேலே செல்கிறார். முழுச் சொற்களையும் அணுகி வினைப் பொருளைப் பார்ப்பதை விட, அந்தச் சொற்களின் வரிவடிவக் கூறுகளையும் கூர்ந்து கவனித்தால் இன்னும் சிறப்பான பொருள்கள் விளங்கும் என்கிறார். அதாவது, 'அ' என்னும் எழுத்து அம்மாவைக் குறிப்பது போக, அதன் மூலம் பாலூட்டுவதைக் குறிப்பது போக, அந்த எழுத்தின் சுழி என்ன வினையைச் சொல்கிறது, அந்த எழுத்தின் கோடு என்ன செயலைச் சொல்கிறது என்று அணுகி வினைப் பொருள்களைக் கண்டுபிடித்து மொழிபெயர்த்தால் கவிதை இன்னும் உரம் பெறுமாம்.

பென்னோலோசாவின் அணுகுமுறையின் அறிமுகத்தை இந்த அளவிலேயே நிறுத்திக்கொள்ள விரும்புகிறேன். 'எல்லாச் சொல்லும் பொருள் குறித்தனவே' (எல்லாச் சொல்லுக்கும் பொருள் உண்டு) என்று இருந்தாலும், 'மொழிப் பொருட் காரணம் விழிப்பத் தோன்றா' (சொற்களுக்கு ஏன் அந்தப் பொருள் வந்தது என்பது வெளிப்படையாகத் தெரியாது) என்னும் தெளிவு நமக்கு உண்டு. 'எள்ளிலிருந்து எழுபடும் எண்ணெய் போல், இலக்கியத்தினின்று எழுபடும் இலக்கணம்' என்னும் இயல்பான போக்கின் அடிப்படையில், இலக்கண ஆசிரியர் என்பவர், மொழி எப்படிப் பயன்பட்டது என்பதைப் பதிவுசெய்கிறவர்தான் என்னும் தெளிவு நமக்கு உண்டு. சீன எழுத்துக்கள், சித்திர எழுத்துக்கள் என்னும் மிக எளிதாக்கப்பட்ட கோட்பாட்டின் அடிப்படையில் அணுகினாலும்கூட இதைப் புரிந்துகொள்ள வேண்டும்: ஒரு மொழியில் சொல்லின் பயன்பாடு, அக்கால கட்டத்தில், அம்மொழி பேசுபவர்களுக்கு இடையே பரிமாறப்படும் பொருளை, அர்த்தத்தை, விளக்கத்தை அடிப்படையாகக் கொண்டது. இதை மீறி, 'அந்த மொழி பேசுபவர்களுக்கே அவர்கள் என்ன சொல்கிறார்கள் என்று தெரியாது, நாம் சென்று, அம்மொழியின் பழைமையைச் சிலாகித்து ஆராய்ந்து, அடிப்படைப் பொருளைக் கண்டுபிடித்துக் கொடுத்துவிட்டு வருவோம்' என்பது ஒவ்வாது. என்றைக்குமே, யாருக்குமே, ஒவ்வாது.

ஜார்ஜ் எ.கென்னடி மட்டுமல்லாது, சீன இலக்கியவாதிகள் பலரும் பென்னோலோசா மற்றும் எஸ்ரா பவுண்டின் பொருள்நாடி, பொருள் முதல் நாடி, அம்முதலின் அடி நாடி ஓடும் செயலை விமர்சித்திருக்கிறார்கள். கிரேஸ் ஃபாங் எழுதிய Mirrors in the Mind: Chinoiserie in Ezra Pound's Translations of Chinese Poetry என்கிற கட்டுரையை இந்த இணையச் சுட்டியில் படிக்கலாம்:

http://www.uea.ac.uk/polopoly_fs/1.33260!np_vol_6_article_6_by_grace_fang.pdf

கிரேஸ் ஃபாங் மீண்டும் மீண்டும், சீனர்கள் ஒரு சொல்லைப் பயன்படுத்தும்போது, அந்தச் சொல்லின் வரிவடிவம் சூரியன் போல் இருக்கிறதா, இதயம் போல் இருக்கிறதா என்றெல்லாம் யோசித்தா பேசமுடியும், எழுத முடியும் என்னும் எளிமையான கேள்வியை எழுப்புகிறார்.

ஆனால், பென்னோலோசா விட்ட இடத்திலிருந்து எஸ்ரா பவுண்ட் கிளம்புகிறார். பென்னோலோசா சொன்னபடி எல்லாச் சொற்களிலும் வினையைத் தேடும் முயற்சியில், பல பாடல்களின் மொழிபெயர்ப்பில், எதற்கும் ஒவ்வாத புதுப்புது பொருள்கள் தருகிறார். எனவே, மூலத்துக்குத் தொடர்பே இல்லாத விஷயங்கள் மொழிபெயர்ப்பில் வருகின்றன. அவருக்குத் தோன்றிய சமயத்தில் வினைச்சொல் தேடலும், பல நேரத்தில் பாடலின் மொத்தப் பொருளைப் பொறுத்த மொழிபெயர்ப்பும் என வீசிச் செல்கிறார். மூலத்தில் சொல்லப்படும் பல முக்கியமான கவிதைக் கூறுகளை விட்டுவிடுகிறார். ஏனென்றால், எஸ்ரா பவுண்ட், சீனப் பாடலில், எஸ்ரா பவுண்டின் பாடலைத் தேடித் துரத்துகிறார்.

இதன் விளைவு என்ன? எந்த இரு மொழிபெயர்ப்புகளும் ஒன்றாக இருக்காது என்பதை ஒப்புக்கொண்டாலும், மூலத்திலிருந்து மிக விலகிய மொழிபெயர்ப்பாக எஸ்ரா பவுண்டினுடையதைச் சொல்லலாம். அதே நேரத்தில், கவித்தொகையின் மூலப் பாடல்களையோ கவித்தொகையின் பிற மொழிபெயர்ப்புகளையோ ஒப்பிட்டுப் பார்க்காமல் எஸ்ரா பவுண்ட் 'எழுதிய' கவிதைகளாக்க் கொண்டால் பல கவிதைகள் அற்புதமாக இருக்கின்றன. இது, கவித்தொகைப் பாடல்களின் மோசமான மொழிபெயர்ப்பு – ஆனால், நல்ல பல ஆங்கிலக் கவிதைகளைக் கொண்ட ஒரு நூல். ஒரு மொழிபெயர்ப்பாளனாக எனக்கு இது முக்கியமான எச்சரிக்கை மணி என்று எடுத்துக்கொண்டேன்.

இந்தச் சூழலில், எனது தமிழிலக்கியம் மற்றும் சீன மொழி அறிவுக்குறைபாடுகளை நினைவுபடுத்திக்கொண்டால் எனது நடுக்கமும் தவிப்பும் ஓரளவுக்காவது புரியக்கூடும்.

சில எடுத்துக்காட்டுகளின் வழியிலான உரையாடல்

கவித்தொகையின் பாடல்களை மொழிபெயர்க்கும்போது எதிர்கொண்ட பிரச்சினைகளைச் சுட்டிக்காட்டும் வகையில் ஒருசில எடுத்துக்காட்டுகளைப் பார்ப்போம்.

முதலில், ஓரளவு எளிமையான ஒரு விஷயத்தைப் பார்ப்போம். பல பாடல்களில், காகம் 'கா, கா' எனக் கரைந்தது அல்லது பூனை 'மியாவ்' என்றது என்பது போன்ற ஒலிக்குறிப்புகள் வருகின்றன. தமிழில் நாய் 'ளொள், ளொள்' என்று குரைத்தாலும், ஆங்கிலத்தில் நாய்கள் 'உர்ஃப், உர்ஃப்' என்றோ, 'அர்ஃப், அர்ஃப்' என்றோ குரைக்கின்றன. நான் பெரும்பாலும் சீன மூலத்தில் கொடுக்கப்பட்டிருக்கும் ஒலிக்குறிப்புகளை மாற்றாமல் அப்படியே கொடுத்துள்ளேன். எடுத்துக்காட்டாக, ராஜாளிப் பறவைகள், 'குவான்!', 'குவான்!' என்று கூவுகின்றன (பாடல் 1); மனவேதனையில் உள்ள பெண், 'பியாவ்' என மார்பில் அடித்துக்கொண்டு அழுகிறாள் (பாடல் 26); இடியும் மழையும் எழுப்பும் ஓசை, 'ஹுய்!', 'ஹுய்!' எனக் கேட்கிறது (பாடல் 30); பள்ளத்தாக்கில் சூறாவளி, 'ஸா!' 'ஸா!' என்று வீசுகிறது (பாடல் 35); இறுகிய சந்தன மரத்தைக் கோடரி கொண்டு வெட்டும்போது, 'க்கான்!', 'க்கான்!' என்று ஒலியெழும்புகிறது (பாடல் 112).

பல மொழிபெயர்ப்புகளில் ஒலிக்குறிப்புகள் வசதிக்குத் தக்கபடி மாற்றப்பட்டுள்ளன. எடுத்துக்காட்டாக, ‘குவான்!’ என்னும் ஒலிச்சொல்லை, அதன் மூலத்தின் பொருள் நாடி, ‘Hid, hid’ (‘மறைத்துக்கொள், ஒளித்துக்கொள்’) என்று ராஜாளிப் பறவைகள் சொல்வதாகவும், பெண்ணின் சோகத்தை, ஒலிக்குறிப்பு நீக்கப்பட்டு, வெறுமையாய், ‘அவள் மார்பில் அடித்துக்கொண்டாள்’ என்றும் எழுதப்பட்டுள்ளன.

இந்த ஒலிகளை, பொருள்தரும்படியோ, தமிழுலகுக்கு ஏற்புடைய படியோ தமிழ்ப்படுத்தும் எண்ணம் எனக்கில்லை. கபிலரின் யாழ் ‘இம்மென’ ஒலித்ததும், பாரதியின் பறவைகள் ‘கெக்கெக்கே – குக்குக் குக்குக் குக்குக் குக்குக் குக்கூவே!’ என்று கத்தியதும், தி.ஜானகிராமனின் காலடியின் ஆற்று மணல், ‘ருய், ருய்’ என்று அரைபட்டதும் மொழிக்குத் தேவையான விஷயங்கள் என்பது உண்மையானால், பல்லாயிரக்கணக்கான வருடங்களுக்கு முந்தையவர்கள் இந்த ஒலிகளை எப்படி உள்வாங்கினார்கள் என்பதும் முக்கியம் என்று எனக்குப்படுகிறது. மேலும், பறவைகளின் ஒலிகள் என்று சாதாரணமாகச் சொல்லும்போது, ‘சீ, சீ, ச்சா, ச்சா’ என்று ஒலி எழுப்புவதாகத்தான் சீனர்கள் எழுதுவார்கள்; ‘குவான்!’’ என்பது ராஜாளிப் பறவைகள் கூடும் காலத்தில் எழுப்பும் சிறப்பொலி என்று அறிந்தபோது, இந்த ஒலிகளை மொழிபெயர்ப்பில் அப்படியே வெளிப்படுத்த வேண்டும் என்பது உறுதியானது.

அடுத்ததாக, பண்பாட்டுக் கூறுகள் பொதிந்த வரிகளை மொழிபெயர்த்தல். ‘மத்தளம் கொட்ட வரிசங்கம் நின்றூத’ என்று எழுதுகையில், அது வெறும் ‘இசைக் கருவிகள் ஒலித்தன’ என்பதற்கும் மேலான பொருளை, பண்பாட்டுக் கூறாக ஒரு நற்காரியம் நடக்கும் சூழலைச் சுட்டுகிறது. ஏன் இங்கே மத்தளம் சொல்லப்படுகிறது? இக்காலத்தில் திருமணத்தில் சங்கு ஊத முடியுமா? போன்ற கேள்விகள் நமக்குப் பரிச்சயமான சூழலையும் இலக்கிய, சமுதாய வரலாற்றையும் சொல்கின்றன. கவித்தொகையின் முதல் பாடலில், ‘ட்ச்சின்–ஸ கருவிகள் சேர்ந்து இசைக்கும்’ என்று ஒரு வரி வருகிறது. இதில் ட்ச்சின், ஸ ஆகிய மீட்டிசைக் கருவிகள் சொல்லப்படுகின்றன. இந்த இரண்டு கருவிகளும் பெரும்பாலும் ஒன்றாக இசைக்கப்பட்டன. அவற்றை ஒன்றாக இசைக்கும்போது ஒன்றுக்கொன்று மேலும் இனிமை சேர்த்தன. மேலும், நமது நாதஸ்வரம், மேளம்தாளம் போல், நற்காரியங்களின்போது வாசிக்கப்பட்டன. இந்தப் பண்பாட்டுக்கூறுகள் இருப்பதால் இந்த வரியை, ‘யாழும் வீணையும் சேர்ந்து ஒலிக்கும்’ என்றோ, ‘இன்னிசைக் கருவிகள் வாசிக்கப் படுகின்றன’ என்றோ எழுதிவிட முடியாது.

35ஆம் பாடலில்,

‘*வெய்* நதி கலங்கல் *சிங்* நதியால் துலங்கும்
நதிப்படுகையிலோ துல்லியமே நிலவும்’

என்ற வரிகள் வருகின்றன. இவை, ‘ஆடிப் பட்டம் தேடி விதை’ என்பது போன்ற, அக்காலத்திலேயே பழமொழி அளவுக்குப் புழங்கிய வரிகள். வேறு சில சீன இலக்கியங்களிலும் இந்த இரண்டு நதிகளின்

ஒப்புமை கையாளப்படுகிறது. இன்றைக்கும் சீனாவின் ஷான்ஸ்ஷி மாநிலத்தில் உள்ள இந்த இரு நதிகள் சங்கமிக்கும் இடம் சீனச் சுற்றுலாப் பயணிகளுக்கிடையே பிரபலம்தான். வெய் நதி, வண்டல் மண்ணை அள்ளிக்கொண்டு வருகிறது. சிங் நதி, வெகுதொலைவிலிருந்து வந்து அமைதியைப் பெற்று நகர்கிறது. இவை இரண்டும் சந்திக்கும் இடத்தில், கொஞ்ச தூரத்துக்கு, இந்நதிகளின் நீரோட்டங்கள் ஒன்றுடன் ஒன்று தனித்துத் தெரியும்படியே பக்கம்பக்கமாக நகர்கின்றன. அப்போது, வெய் நதியின் நீர், சிங் நதியின் நீரினும் சற்றே கலங்கலாகத் தெரிகிறது. அதுவரை தெரியாத கலங்கல், ஒப்பீட்டால் துலக்கமாகிறது. இப்படி, அடிப்படையில் பிரச்சினை ஏதுமில்லாமல் இருந்தும், ஒப்பீட்டளவில் பிரச்சினை உள்ளது போன்ற சூழல் ஏற்படுமாயின், 'சிங் நதியை வைத்து வெய் நதியைக் குற்றம் சொன்னது போல்' என்னும் பேச்சு வழக்கு இருந்திருக்க வேண்டும். இந்தப் பாட்டில், புது மனைவி வந்து விட்டாள் என்று முன்பிருந்த மனைவியை வீட்டை விட்டு வெளியேற்றிய கணவனைப் பற்றிய விமர்சனம் வருகிறது. பழைய மனைவியின் கூற்றாக வரும் இந்த வரி, என்னிடம் அடிப்படையில் பிரச்சினை ஏதுமில்லையே, ஏன் புது மனைவியுடன் ஒப்புமைப்படுத்தி என்னைப் பழிக்கிறாய் என்னும் கேள்வியை முன்வைக்கிறது. இந்த வரிகளின் மொழி பெயர்ப்பை, புவியியலால் வரும் பண்பாட்டுக் கூறை இழக்காமல் செய்ய வேண்டியிருக்கிறது. நதிகளில் பெயர்களை எடுத்துவிட்டாலோ, நதிகளின் பெயர்களை மாற்றிப்போட்டாலோ, நதிகளின் செயல் களைச் சரியாக கவனத்தில் எடுத்துக்கொள்ளாவிட்டாலோ தவறுகள் நேர்ந்திட வாய்ப்புகள் அதிகம்.

*303*ஆவது பாடலில், தமிழர்களுக்குத் தவறாகத் தெரிந்த ஒரு சொல் – டிராகன் – பயன்படுத்தப்பட்டிருந்தது. டிராகன் என்பது பறவைநாகம் என்று மொழிபெயர்த்ததும் விஷயம் முடிந்துவிடவில்லை என்று உணர்ந்தேன். எனவே, அச்சொல்லின் மொழிபெயர்ப்பு விளக்கமாக, 'தமிழில் இது, வலுசர்ப்பம் என்றும் பறவைநாகம் என்றும் குறிப்பிடப்பட்டுள்ளதைக் காண முடிகிறது. சீனப் புராணத்தின் பறவைநாகம், தீநாகம் என்று அறியப்படும் தீ உமிழும் பெரும்பாம்பு அல்ல. இது, நீர் உமிழ் நாகம். கடலின் ஆழத்தில் வசிப்பது; மேகங்களின் இடையே திகழ்வது. மிகவலிவானது, வேகமானது; எனவே, அமைதியானது. சீனாவின் டிராகன் என்று சீனாவுக்கு வெளியே பரவலாக அறியப்படும், வாயில் நெருப்புடன் வரையப்படும் டிராகன் படங்கள் தவறானவை' என்று குறித்திருக்கிறேன்.

சமயங்களில், தமிழில் இல்லாத (அல்லது, பெரும்பாலும் நடக்கக்கூடியதான, தமிழில் இருந்தும் என் சிற்றறிவுக்கு எட்டாத) ஒரு கோட்பாட்டையும், அதற்கான ஒரு சொல்லையும் சீன மொழி மூலத்தில் எதிர்கொள்ள வேண்டியிருந்தது. எடுத்துக்காட்டாக, *189*ஆவது பாடலில், ஒரு தலைவன் விழித்தெழும் கணம் சொல்லப்படுகிறது. சீன மொழியில் 'ஸ்ஷிங்' என்ற சொல்லும் 'ட்ச்சீ' என்ற சொல்லும் விழித்தெழுவதைக் குறிக்கின்றன. முன்னது, இரவில் தூக்கத்தினிடையே எழுவதைக் குறிக்கிறது. பின்னது காலையில், தூங்கிமுடிந்தபின்பு எழுவதைக் குறிக்கிறது. இந்தப் பாடலில் 'ஸ்ஷிங்' எனும் சொல்

பயன்படுத்தப்படுகிறது. இப்படி ஒற்றைச் சொல்லில், இரவுத் தூக்கத்தினிடையே எழுவதைச் சொல்லும் சொல் தமிழில் எனக்குத் தெரியவில்லை. அதை

‘கவலைகளைத் துறந்திட்டுப் படுக்கையில் உறங்கினான்
உறங்கிக்கொண்டிருந்தான் – எழுந்துகொண்டான்’

என்று, வரியமைப்பை அடிப்படையாகக் கொண்டே சமாளித்திருக் கிறேன்.

தென்மலை என்னும் 101ஆவது பாடலில் ஒரு முக்கியமான மொழிபெயர்ப்புக் கூறு இருக்கிறது. ஒற்றைச் சொல்லில் பல விஷயங்களை எனக்குப் புரிய வைத்தது இந்தப் பாடல். நமது புறநானூற்றிலும் திருக்குறளிலும் வரும் ஒரு சொல்லை அறிமுகப் படுத்திக்கொண்டால் இந்தச் சிக்கலைப் புரிந்துகொள்வது எளிதாக இருக்கும்.

‘நல்லது செய்தல் ஆற்றீர் ஆயினும்
அல்லது செய்தல் ஓம்புமின்’ என்கிறது புறநானூறு.

‘ஒழுக்கம் விழுப்பம் தரலான், ஒழுக்கம்
உயிரினும் ஓம்பப் படும்’ என்கிறது திருக்குறள்.

முதல் பார்வைக்கு எல்லாம் சரியாக இருந்தாலும், ஊன்றிக் கவனித்தால் புலப்படுவது, ஓம்புதல் என்னும் சொல்லின் பயன்பாட்டில் உள்ள வேறுபாடு. ஒழுக்கத்தை ஓம்புங்கள் என்கிறார் திருவள்ளுவர். தீமையை ஓம்புங்கள் (‘அல்லது செய்தல் ஓம்புமின்’) என்கிறார் நரிவெரூஉத் தலையார். இது எப்படி? நரிவெரூஉத் தலையார் காலத்தில் ஓம்புதல் என்பது ‘செய்யாதீர்கள்’ என்னும் எதிர்மறையான பொருளைத் தரும் சொல்லாக இருந்தது. பிறகு அது ‘செய்யுங்கள்’ என்னும் உடன்மறைப் பொருளைத் தரும் சொல்லாக மாறிவிட்டது. இது தெரியாத ஒருவர், ‘நரிவெரூஉத் தலையார் தீமை செய்யச் சொல்கிறார்’ என்று விளக்கம் எழுத வாய்ப்பு உண்டு.

இப்போது, கவித்தொகைக்கு வருவோம். சீன மொழியில் ‘வு’ என்று ஒரு சொல் இருக்கிறது. தற்காலத்தில், ‘ஐந்து’ என்னும் எண்ணைச் சுட்டும் எண்ணுப் பெயராக இது பொருள் தருகிறது. 101ஆம் பாடலில், சிக்கலான ஓர் உறவு பேசப்படுகிறது. ஒரு நாட்டின் இளவரசி இன்னொரு நாட்டின் மன்னனை மணந்து அந்த நாட்டுக்குக் குடிபோகிறாள். ஆனால், அவளது சொந்த அண்ணனுக்கும் அவளுக்கும் கள்ள உறவு உள்ளது. இதைக் கண்டித்து, எல்லாம் நெறிப்படித்தானே நடக்க வேண்டுமென்று வலியுறுத்தும் பல வரிகள் இந்தப் பாடலில் வருகின்றன. கோடரி கொண்டுதானே விறகைப் பிளக்க வேண்டும், காணியில் வரிசை வரிசையாகத்தானே செடியை நட வேண்டும் என்றெல்லாம் பேசுகிறது பாடல். இடையில், காலணிகள் பற்றியும் தொப்பி பற்றியும் கூடச் சொல்லப்படுகிறது. ஆங்கில மொழிபெயர்ப்புகள் அத்தனையிலும் – ஆமாம், இதுவரை நான் கண்ட அத்தனையிலுமே – இந்த வரி, ‘ஐந்து ஜோடிப் பாதணிகள், குஞ்சலம் கொண்ட தொப்பிகள்’ என்று மொழி பெயர்க்கப்பட்டுள்ளது. அடிக்குறிப்பாக, இவை

திருமணத்திற்கான பரிசு என்று எழுதுகிறார்கள். ஆனால், ‘அது என்ன ஐந்து ஜோடி?’ என்பதற்கு விடை இல்லை.

இது ஏன் என்று விசாரிக்கப் போனால் வியப்பான ஒரு விடை கிடைத்தது. கவித்தொகைக்கான எந்த ஒரு சீன மொழி விளக்கத்திலும் – ஆமாம், இதுவரை நான் கண்ட எதிலும் – இந்த வரி, ‘ஐந்து ஜோடி’ என்று விளக்கப்படவில்லை. அனைத்திலும், ‘இரண்டு பாதணிகள்தான் ஒரு ஜோடி’ என்றோ, ‘இரண்டு பாதணிகள் ஒரு ஜோடி’ என்றோ பொருள் சொல்லப்பட்டிருப்பதைப் பார்த்தேன். இதன் விளக்கமும், மொத்த பாடலின் பொருளுக்கு ஒத்து வந்தது. இரண்டு பாதணிகள்தானே ஒரு ஜோடியாய் இருக்க, நாம் அதைப் பயன்படுத்துகிறோம்; மூன்றாவது வரலாமா என்று தங்கையின் திருமண வாழ்வில் நுழையும் அண்ணனைச் சுட்டுகிறது இந்த விஷயம். மேலும், தொப்பியின் பக்கங்களில் தொங்கும் குஞ்சலம் இரண்டு இருந்தால்தான் தொப்பி நிலையாகத் தலையில் நிற்கும் என்று, மறுபடியும் ஜோடிகள் மீறி யாரும் தொங்கிக்கொண்டிருக்க வேண்டாம் என்றும் சொல்கிறது பாடல். இந்தக் காலணிகளுக்கும் தொப்பிக்கும் திருமணப் பரிசுக்கும் எந்தத் தொடர்பும் இல்லை.

இந்தக் குழப்பம் வரக் காரணம், ‘வு’ என்னும் சொல், கவித்தொகைக் காலத்தில் ‘இரட்டை’ / ‘ஜோடி’ / ‘ஜதை’ என்னும் பொருளைத் தந்தது. இது சீன மொழி விளக்கம் எழுதுபவர்களுக்குத் தெரிந்திருக்கிறது. ஆங்கில மொழிபெயர்ப்புச் செய்பவர்களுக்குத் தெரிந்திருக்கவில்லை. அல்லது, முந்தைய ஆங்கில மொழிபெயர்ப்புகளின் தவறுகள், பிந்தைய மொழிபெயர்ப்புகளின் தவறுகளுக்கு வழிவகுத்திருக்கலாம். என் வியப்பை அதிகப்படுத்திய விஷயம், ஓரளவு இலக்கியப் பரிச்சயம்கொண்ட சீன வாசகர்களுக்கும் இது தெரிந்திருக்கிறது என்பதுதான்.

62ஆம் பாடலில் வரும் ‘கான் ஷ்ஸின்’ என்னும் சீனப் பதம், புதுமாதிரியான சிக்கலைத் தந்தது. இதற்கு, ‘சுகமான வலி’ என்று பொருள். அதாவது, இன்ப வேதனை. நேரடியாகப் பொருள் இருந்தாலும், ‘இன்ப வேதனை’ என்று எழுதினால் ஏதோ ஒரு இளிப்புத்தனம் வருவதாகப்பட்டது. அதற்காகவே அதைத் திரித்துவிடலாம் என்றாலும் மனம் ஒப்பவில்லை. எனவே,

‘மனதில் தலைவன் நினைவே நிலைக்கும்
இன்ப வேதனை நெஞ்சை நிறைக்கும்’

என்றே எழுதி விட்டுவிட்டேன்.

கவித்தொகை, ‘குறுகத் தறித்தக் குறள்’ போல், சொற்சிக்கனம் கொண்டது. நீளமான பாடல்கள்கூட, நிறைய விஷயங்களைச் சுருக்கமாகவே சொல்வதால் நீளமானவை. மேலும், சீன மொழி இலக்கணத்தின் எளிமையான அமைப்பால், வரிகளுக்குப் பல வகையிலும் பொருள் கொள்ளும்படியான நிலை ஏற்பட்டுவிடுகிறது. மேலே குறிப்பிட்டதைப் போல், வலிந்து வேறு பொருள் தரும்வகையில் உரை எழுதும் இலக்கிய அநியாயமும் நடந்ததால், குழப்பம் இன்னும் கூடிவிடுகிறது. சீன மொழியிலேயே விளக்கம் எழுதுபவர்களும் இந்த ஒன்றுக்கும் மேற்பட்ட விளக்கங்களுள் எதைக் கொள்வது, எதை விடுப்பது

என்பதை அவரவர் மனோதர்மத்துக்கும் கவிதையுணர்வுக்கும் ஏற்ற அடிப்படையில் முடிவுசெய்கிறார்கள். எனவே, மொழிபெயர்ப்புக்கும் மேலாக, எந்த விளக்கத்தின் அடிப்படையில் மொழிபெயர்ப்பது என்னும் சிக்கலையும் மொழிபெயர்ப்பாளர் எதிர்கொள்ள நேர்கிறது.

26ஆம் பாடலில் வரும்

‘கதிர்கள் சாய்ந்து நிலவெழுந்தாலும்
தேய்ந்த அவைதாம் திரும்பி வராதோ ?’

என்னும் வரிகளும் அப்படிப்பட்டவையே. சிலர் இதை ‘ஓ சூரியனே, ஓ சந்திரனே, ஏன் மாறி, மங்கி விட்டீர்கள்?’ என்பதான பொருள் வரும்படி விளக்கம் எழுதியிருக்கிறார்கள். ‘சூரியனும் உண்டு, சந்திரனும் உண்டு, ஏன் ஒன்று மட்டும் தேய்ந்துவிட வேண்டும்’ என்றும் விளக்கம் இருக்கிறது. ‘சூரியனும் சந்திரனும் தேய்ந்தாலும் மாறினாலும் என்ன?’ என்றும், ‘சூரியன் மாறிவிட்டது, சந்திரன் தேய்ந்து விட்டது’ என்றும் பல விளக்கங்கள் இருக்கின்றன. இதுதான் பெரும்பாலானவர்கள் சொல்லும் விளக்கம் என்றோ, இதுதான் சரியான விளக்கம் என்றோ சொல்ல முடியாத நிலை. படிப்பவரின் சுவைக்கேற்ப விளக்கம் செய்துகொள்ள வேண்டியதுதான்.

113ஆம் பாடலின் கடைசி இரண்டுவரிகள், உரையாசிரியர்கள் பலரை திக்குமுக்காட வைத்திருப்பது தெரிகிறது. அடிமைத்தனத்தில் உழன்று, அதன் மூலம் சினமடைந்து, எங்கோ இருக்கும் ஒரு விடுதலை தேசத்தை மனத்தில்கொண்டு பாடப்படும் இந்தப் பாடலின் கடைசி வரி, மொத்தப் பாடலையும் தலைகீழாக்கிவிடும் வலிமை பொருந்தியது. பாடல் முழுவதும், இந்தத் துன்பக்கேணியை விட்டு ஒரு இன்பமான தேசத்துக்குச் செல்வோம் என்று கொத்தடிமைகளாய் வாடுபவர்களின் குரல்கள் கேட்கின்றன. கடைசியில் அவர்களுக்கு என்ன ஆனது? இந்தப் பாடலின் கடைசி வரியில் நான்கு சொற்கள் உள்ளன. இவற்றின் அடிப்படைப் பொருளாய் இப்படிச் சொல்லலாம்:

யார் – தொடர்ச்சி – நீளமான – ஓலம்

இந்தச் சொற்களிலிருந்து, எங்கும் போகலாம். யார் என்பதை, யாருக்கு, யாரால், யாருடன் என்று விரிக்கலாம். தொடர்ச்சி என்பது, தொடர்கிறோம், தொடர்ந்தது, தொடர்கிறது, தொடரும் என்பதெற்கெல்லாம் இடம் தருகிறது. ஓலம் என்பதும், ஓலமிடுகிறோம், ஓலமிடுவோம், ஓலமிட்டோம் என்றெல்லாம் பொருள் தரும்படி நிற்கிறது.

ஒரு சாராரின் விளக்கத்தின்படி, ‘இங்கேயே இருந்து இன்னமும் ஓலம் இட்டுக்கொண்டிருக்க வேண்டியதுதான்’ என்று பொருள் சொல்லலாம். இன்னொரு சாரார், ‘யாரடா, இங்கே கிடந்து ஓலமிடுவது?’ என்று பண்ணைக்காரர்கள் மிரட்டி அடக்குவதாகச் சொல்கிறார்கள். அல்லது, ‘இன்னும் இங்கே கிடந்து யார் ஓலமிட வேண்டும், போகலாம் வாருங்கள்’ என்னும் வகையில் பொருள் சொல்கிறார்கள். இன்னும் சிலரோ, ‘அங்கே சென்றுவிட்டால், ஓலமிடத் தேவையில்லை’ என்பதாகப் பொருள் கூறுகிறார்கள். இதில் ஏதேனும் ஒரு பொருளை முற்றாக எடுத்துக்கொண்டு மேலே சென்றுவிடலாம். ஆனால், அந்தக் கடைசி வரி ஏன் அப்படி

அமைக்கப்பட்டிருக்கிறது என்ற கேள்வி எனக்கு முக்கியமாகப் படுகிறது. எனக்கு அதற்கான விடை தெரியாது என்பதை ஒப்புக் கொள்வதும் முக்கியமே. இந்தச் சூழலில், அந்த ஒன்றுக்கும் மேற்பட்ட நிலையைத் தக்கவைக்க முடியுமா என்று கேட்டுக்கொண்டு,

'இன்பவெளி! இன்பவெளி!

யாரின்னும் ஓலத்தைத் தொடர்ந்தபடி ?'

என்று பொருள் மயக்கம் நீடிக்கும்படியாக மொழிபெயர்த்ததுடன் நிறுத்திக்கொண்டிருக்கிறேன்.

230ஆம் பாடலும் மொழிபெயர்ப்பதில் தனிச்சிக்கலை ஏற்படுத்து கிறது. போரில் அணிவகுத்துச் செல்லும் படைவீரனின் களைப்பு மிகுந்த வரிகளுடன் தொடங்குகிறது பாடல்:

'குட்டியாய் மிருதுவாய் மஞ்சள் குருவிகள்

மேட்டு விளிம்பிலே அமர்ந்திருக்கின்றன

நீண்டு வளைந்து கிடக்கும் பாதை

நான் இங்கு மிகவும் களைத்திருக்கின்றேன்'

ஆனால், முதல் நான்கு வரிகளுக்குப் பிறகு வரும் அடுத்த நான்கு வரிகள் யார் கூற்று என்பதில் மயக்கம் இருக்கிறது. 'பானம் தாருங்கள்; பண்டம் தாருங்கள்' என்று சொல்வது அவனேவா? அல்லது அவனுக்கு உதவும் அதிகாரியா? அல்லது சக வீரனா? அவனே சொல்வதாக இருந்தால், அவலம் பாதி – ஆசை பாதி என்ற மனநிலையின் ஏற்ற இறக்கத்தில் அமைவதாகக் கொள்ளலாம். வேறொருவர் ஆசுவாசப்படுத்துகிறார் என்று கொண்டால், இது ஓர் உரையாடலாக அமையும். சீன மொழியிலும் நிறுத்தக் குறிகள் எல்லாம் சமீபத்திய அறிமுகங்கள்தான் என்பதால், இது எழுதப்பட்ட காலத்தில் உரையாடலாக இருந்ததா என்பது தெரியாது. இதை மொழிபெயர்க்கும்போது, எதன் அடிப்படையில் இது தனியுரையா உரையாடலா என்று முடிவுசெய்வது? பாடலின் தொடக்கத்திலேயே மஞ்சள் குருவிகளும் மேட்டு விளிம்பாய் உள்ள பாறையும் வருகின்றன. குருவிகள் ஆசுவாசப்படுவது ஒருபுறம் என்றாலும், அந்த ஆசுவாசம் தருவதற்கு ஒரு பாறை இருப்பதும் சுட்டப்படுகிறது. பெரும்பாலான சீன விளக்க உரைகளில், குருவிகளுக்கும் பாறைகளுக்கும் உள்ள உறவு, இந்த வீரனுக்கும் அவனுக்கு உதவுபவனுக்கும் உள்ளதாகச் சுட்டப்படுகிறது. இது எனக்கும் உடன்பாடாகவே இருந்தது.

கடைசியாக, ஒருசில தருணங்களில், மொழிபெயர்ப்பாளனாக சில முடிவுகளை வலிந்து எடுக்கவேண்டியிருந்தது. சில நேரங்களில், இலக்கணமெல்லாம் சரியாக இருந்தாலும், யாரோ என் கையைப் பிடித்துக்கொண்டது போல், மூலத்தின் சில கூறுகளைச் சிரமப்பட்டுத் தக்கவைத்துக்கொள்ள வேண்டியிருந்தது.

23ஆம் பாடலில் பிரமாதமான நாடகம் போல் ஒரு காட்சி. காட்டில் வேட்டையாடும் நேரத்தில் பார்த்த ஒரு பெண்ணை அணுகுகிறான் அவன். அவளோ, தடுப்பது போல் வழிகாட்டுகிறாள். 'நிதானமாக, மெள்ள! மெள்ள!' என்கிறாள். 'எனது இடுப்பு உடையைத் தொடாதே!' என்கிறாள். அடுத்த வரி, அவளுடன்

இருக்கும் நாயைப் பற்றியது. 'எனது நாயைக் குரைக்கவைத்துவிடாதே!' என்று எழுதிச் செல்லலாம். ஒருசில சீன மொழி விளக்கங்களிலும் இதைக் காணமுடிகிறது. ஆனால், ஊன்றிப் பார்த்தால், 'குரைக்க வைத்துவிடாதே!' என்று அவனைப் பார்த்து அவள் சொல்வதில்லை. பிறரைப் பார்த்துப் பேசும்போது வரும் விளிக்கான சொல் அந்த வரியில் இல்லை. 'எனது நாயைக் குரைக்கவிடக்கூடாது' என்று முடித்துக்கொள்ளுகிறாள். இது வேண்டுதலா, தன் முடிவா, முடிவின் அறிவிப்பா? எதுவாயினும், 'விடாதே!' என்று அவனிடம் சொல்லவில்லை என்பது முக்கியமான கூறாக எனக்குப்படுகிறது. எனவே, இந்த வரிகளை,

'நிதானமாக, மேலும் மெள்ள! மெள்ளவே!
எனது இடுப்புத் துணியைத் தொடாதே!
எனது நாயையும் குரைக்கவிடக் கூடாது!'

என்று மொழிபெயர்த்திருக்கிறேன்.

சில பாடல்களின், வரிகளின் நீளம், பாடலின் பொருளுக்கும் போக்குக்கும் முக்கியமாக இருப்பதை உணர்ந்தேன். எடுத்துக் காட்டாக, 129ஆம் பாடலில், பத்தி முழுக்க நான்கு சொற்களைக் கொண்டும், கடைசி வரியில் இந்த அமைப்புக் குலைந்தும் வருகிறது. அவளது தேடுதல் என்னும் செயல் திடமானதாகவும், அவன் இங்கெங்கேயோதான் இருப்பான் என்னும் நம்பிக்கையில் சற்றே ஆட்டம் காணும் உணர்வும் இதில் பெறப்படுகின்றன. எனவே, எனது மொழிபெயர்ப்பு கீழ்க்கண்டவாறு அமைந்தது:

'பசுந்தடர்ந்திருக்கும் நாணற்புதர்கள்
உறைந்துகிடக்கும் வெள்ளை அடர்பனி
அவன் எனச் சொல்லப்படுகிறவன்
ஆற்றின்புறத்தே இருக்கின்றான்
ஆற்றெதிர்ப்போக்கில் தேடுகிறேன்
கரட்டுப்பாதை நீண்டிருக்கும்
ஆற்றின் போக்கில் தேடுகிறேன்
எங்கோ ஆற்றின் நடுவேதான் இருப்பான்.'

கவித்தொகையின் பாடல்கள் எதுகையும் மோனையும் சந்தமும் சேர்ந்து பாடுவதற்காக உருவாக்கப்பட்டவை. அவற்றை மொழி பெயர்க்கையில் அந்த இசைத்தன்மையை இழக்கவேண்டியிருந்தது. சந்தத்திற்கு முதன்மை தருகையில், பாடலின் பொருள், தவறான – ஆனால் சந்தம் தரக்கூடிய – சொற்களால் சிதைவது நல்லதில்லை. ஓரளவு இசையமைதியுடன் மொழிபெயர்ப்பு அமைந்துவிட்டால் மகிழ்வேன்.

கடைசியாக, சொற்கள், ஒன்றுக்கொன்று தொடர்புடைய, ஒன்றுக்கும் மேற்பட்ட பொருள்களைத் தரும் நிலையையும் ஒரு மொழிபெயர்ப்பாளன் கையாள வேண்டியிருக்கிறது. எடுத்துக்காட்டாக, 'காதல்' என்னும் சொல்லுக்கு, அன்பு, நேசம், விருப்பம், பிடிப்பு, ஆழ்ந்த பற்று என்றெல்லாம் பொருள் சொல்லலாம். இதற்கு நேரடியான சொல், மொழிபெயர்க்கப்படும் மொழியில் இல்லா

விட்டால், இதில் ஒரு பொருளை மட்டும் குறிக்கும் சொல்லைப் பயன்படுத்தவேண்டியிருக்கிறது. அப்படியில்லாவிட்டால் ஒன்றுக்கும் மேற்பட்ட சொற்களைப் பயன்படுத்தி, ஏறத்தாழ விளக்கம் போல் மூலத்தில் வரும் சொல்லை மொழிபெயர்க்கவேண்டியிருக்கிறது. கவிதை மொழிபெயர்ப்பில், வரியின் அளவு காரணமாக, இது கூடுதல் சிக்கலை முன்வைக்கிறது. சீனச் சொற்களுக்கு அவற்றின் பல பொருள் வேறுபாடுகளையும் ஒன்றாகப் பொதிந்த நேரடி தமிழ் சொற்கள் என் அறிவுக்கு எட்டாத நேரங்களில், இருப்பவற்றில் எனக்கு உடன்பாடாகத் தோன்றிய தமிழ்ச் சொற்களைப் பயன்படுத்தியிருக்கிறேன்.

சீனக் கவிதையில் அடுக்குத்தொடர் போன்ற பயன்பாடு ஒரு விஷயத்தின் தன்மையைச் சொல்கிறது. எடுத்துக்காட்டாக, 'அவள் கண்கள் காதல் காதல்' , 'வேகம் வேகம் குதிரை ஓட்டம்' போன்ற வரிகளில், அவள் காதலுடன் நோக்கினாள், குதிரைகள் வேகமாக ஓடின என்பனவற்றைப் புரிந்துகொள்ளமுடியும். ஒருவேளை தமிழில் 'காதல்' என்னும் சொல் இல்லாவிட்டால்? 'அவள் கண்களில் நேசம், நேசம்' என்று மொழிபெயர்ப்பதா, அல்லது 'அவள் கண்களில் அன்பு, அன்பு' என்றா? சீனச் சொற்களை மொழிபெயர்க்கும் இதுபோன்ற சூழல்களில், 'அவள் கண்களில் அன்பு, நேசம்' என்று மொழிபெயர்த்திருக்கிறேன். அதாவது, அந்தச் சொல்லின் அடுக்குத்தொடர் தன்மையை விட்டுக்கொடுத்து, அந்தச் சொல்லின் பொருள் கூடுதலாய் விளங்கும் தன்மைக்கு முக்கியத்துவம் கொடுத்திருக்கிறேன்.

கடைசியாக, தமிழாக்கத்தின் தமிழ்நடை பற்றியும் ஒரு குறிப்பு தருவது நல்லதென்று படுகிறது. பழமையான இலக்கியத்தை மொழியாக்கம் செய்யும்போது, அந்தப் பழமையின் வாசம் கொஞ்ச மாவது தமிழாக்கப்பட்ட பாடல்களில் வீச வேண்டும் எனும் எண்ணம் முன்பு எனக்கிருந்தது. பாடல்களை மொழிபெயர்த்து முடித்தபிறகு, கவித்தொகையை அறிமுகப்படுத்தும் வகையில் கட்டுரைகள் எழுதத் தொடங்கினேன். கவித்தொகை பற்றிய உரைநடைகளும் சற்றே கடினமான மொழிநடையைக் கொண்டிருந்தன. எடுத்துக்காட்டாக, கவித்தொகையைப் பற்றிய அறிமுகக் கட்டுரையின் தலைப்பு 'உடன்பிறவாத் தோழமையின் மேன்மையை மெச்சுவோம்' என்று இருந்தது. வழக்கம்போல் சில நண்பர்களுக்கு அந்தக் கட்டுரையை மின்னஞ்சலில் அனுப்பிப் பின்னூட்டம் வேண்டியிருந்தேன். நண்பர்கள் பலர் பின்னூட்டம் அளித்திருந்தனர். சிலர் அனுப்பவில்லை. அனுப்பாதவர்களில் ஒருவர் க்ரியா ராமகிருஷ்ணன். 'மின்னஞ் சலில் முடியாது; நேரில் பேசினால்தான் விளக்க முடியும்' என்றார். 2010இன் தொடக்கத்தில் விடுமுறைக்காகச் சென்னை சென்றபோது நானும் அச்சமயம் சென்னையில் பணியாற்றத் தொடங்கியிருந்த ராமநாதனும் க்ரியா அலுவலகம் சென்றோம். அங்கே க்ரியா ராமகிருஷ்ணனும் கவிஞர் ஆசையும் கட்டுரையையும் அதனிடையே தரப்பட்டிருந்த எடுத்துக்காட்டுப் பாடலையும் வரிவரியாக வாசித்துக் குறிப்புகள் எழுதி வைத்திருந்தார்கள். இரண்டு மணி நேரத்துக்கும் மேலாகப் பேசியிருப்போம் என நினைக்கிறேன். முக்கியமான அறிவுரையாகத் தமிழ்நடையை எளிமையாக்குங்கள் என்றார்

ராமகிருஷ்ணன். கவிதையுணர்வு என்பது எளிய சொற்களிலும் சொல்லப்படக்கூடியதே என்று விளக்கினார். இதற்குப் பிறகு அதுவரை மொழிபெயர்த்திருந்த அத்தனை பாடல்களையும் மீண்டும் படித்துத் திருத்தினேன். எழுதியிருந்த கட்டுரைகளையும் தூக்கிப் போட்டுவிட்டு மீண்டும் எழுதினேன்.

பகுதி 3
பின்னிணைப்பு

நூல்கள் மற்றும் இணையச் சுட்டிகளின் பட்டியல்

குறிப்பு: சில குறிப்பிட்ட நூல்கள் மற்றும் இணையச் சுட்டிகள் மட்டுமே இங்குப் பட்டியலிடப்பட்டுள்ளன. இணையதளத்தில் இன்னும் பல தகவல்கள் கிடைக்கும். பட்டியலில் முதல்நிலை வாசகருக்கும் கூடுதல் தகவலுக்கு உதவியாக இருக்கும் என்று தோன்றிய தகவல் ஆதாரங்கள் அழுத்தத்துடன் தரப்பட்டுள்ளன.

சாமி, பி. எல்., *சங்க இலக்கியத்தில் புள்ளின விளக்கம்.* சென்னை, தென்னிந்திய சைவசித்தாந்த நூற்பதிப்புக்கழகம் லிமிடெட், 1976.

சாமி, பி. எல்., *சங்க இலக்கியத்தில் செடிகொடி விளக்கம்.* சென்னை, தென்னிந்திய சைவசித்தாந்த நூற்பதிப்புக்கழகம் லிமிடெட்*,* 1982.

சுப்பிரமணியன். ச. வே., *தொல்காப்பியம் தெளிவுரை.* சென்னை, மணிவாசகர் பதிப்பகம், 1998.

Chen, Zhenhuan. *Shi Jing: Notes and Explanations.* (Chinese). Guilin, China: Li Jiang, 2003.

Cheng, Junying, and Jiang, *Jianyuan. Shi Jing.* (Chinese). Chenagsha, China: Yuelu, 2000.

Deng, Qitong, and Yin, Guangxi. *Shi Jing: Analysis.* (Chinese). Kunming, China: Yunnan University Publishing House, 2004.

Jennings, William. *The Shi King: The Old 'Poetry Classic' of the Chinese - a Close Metrical Translation with Annotations.* Sir John Lubbock's Hundred Books Series. London: Kessinger Publishing, 1891.

Legge, James, *The Chinese Classics : With A Translation, Critical And Exegetical Notes.* Vol. 4. Hong Kong: Legge; London: Trubner, 1861-1872.

Pan, Fujun, *Plants in Shi Jing.* Photographs: Lu, Shengyou. Shanghai: Shanghai Library Publications, 2003.

Pound, Ezra. *Shih-ching, The Classic Anthology Defined by Confucius.* Massachusetts: Harvard University Press, Reprinted in 1982.

Sacred Texts Project, The Shû King, Shih King and Hsiâo King, Translated by James Legge, Sacred Books of the East, Vol. 3, [1879], http://www.sacred-texts.com/cfu/sbe03/index.htm#section_007

Tang, Morao. *Shi Jing: Complete Translation and New Explanation of Songs.* (Chinese). Chengdu, China: Bashu, 1998.

Tong, Gao and Liu, Kun. *Animals of Shi Jing.* Beijing: China Book Publishing, 2005.

University of Virginia Library, Charlottesville, Virginia, *Shi Jing [Book of Odes]*, Anonymous (translation: James Legge)
http://etext.lib.virginia.edu/chinese/shijing/shijing2.htm

Waley, Arthur. *The Book of Songs.* Ed. Allen, Joseph. New York: Grove, 1996.

Wengu, Chinese Classics and Translations.
http://wengu.tartarie.com/wg/wengu.php?no=0&l=Shijing

Wikipedia, the free encyclopedia, Classic of Poetry.
http://en.wikipedia.org/wiki/Classic_of_Poetry

Ye, Yang and Dai, Naidie. *Shi Jing.* (Chinese with English Translation). Beijing, China: Foreign Language Publishing House, 2001.

Yu, Guanying. *Selected Songs of Shi Jing.* (Chinese). Beijing, China: People's Literature Publishing House, 1995.

Yuan, Mei. *The Translation and Explanation of the Songs of Shi Jing.* Jinan, China: Qi Lu, 1985

பயணி மொழிபெயர்ப்பில் காலச்சுவடில் வெளியான பிற சீனமொழி நூல்

மாற்றம்
(குறுநாவல்)

மோ-யான்

சீனத்திலிருந்து நேரடி மொழிபெயர்ப்பு:
பயணி

'மாற்றம்' குறுநாவல் வடிவத்தில் உள்ள ஒரு சுயசரிதை அல்லது சுயசரிதை வடிவத்தில் உள்ள ஒரு குறுநாவல் என்று விவரிக்கப்படுகிறது. அதே நேரத்தில், ஆட்சி மாற்றங்களையோ தலைவர்களின் பட்டியலையோ சாராமல் ஒரு சமூகத்தில் தனக்கு நெருங்கிய மனிதர்களின் வாழ்வை உற்றுப் பார்ப்பதன் மூலம் ஒரு நாட்டின் வரலாற்று மாற்றங்களைப் பதிவுசெய்ய முடியும் என்று வெற்றிகரமாக நிறுவுகிறது. சீனாவில் கடந்த ஐம்பதாண்டுகளில் நடந்த மாற்றங்களை, பள்ளிக்கால நண்பர்களின் வாழ்வில் நடந்த மாற்றங்களைப் பதிவு செய்வதன் வழியாகச் சொல்லியிருக்கிறார் எழுத்தாளர் மோயான்.

○

கற்பனையும் நிஜமும் வரலாற்றுப் பார்வையும் சமுதாயப் பார்வையும் கலந்து மோயான் ஒரு உலகை உருவாக்குகிறார். அவ்வுலகின் செறிவுப் பின்னல் வில்லியம் ஃபாக்னரையும் கேப்ரியல் கார்சியா மார்கஸையும் ஞாபகப்படுத்துகிறது. அதேநேரத்தில் பழைய சீன இலக்கியத்திலிருந்தும் வாய்வழி மரபிலிருந்தும் பிரியும் ஒரு புள்ளியையும் கண்டுபிடிக்கிறது.

இலக்கியத்துக்கான நோபல் பரிசுக் குழு, 2012.

சுந்தர ராமசாமி கட்டுரை ஒன்றில் 'பனித்துளியில் பனைமரம் தெரியும். சிறியதாகத் தெரியும்' என்று சொல்கிறார். இந்தக் குறுநாவலிலும் மாற்றத்தின் பரிமாணங்கள் தெரிகின்றன; சிறியதாகத் தெரிகின்றன. நமக்குள்ளே அசைபோட்டு அவற்றின் பிரமாண்டத்தைப் பற்றி வியந்துகொள்ளும் வெளியை மோயான் அளிக்கிறார். மோயான் வடகிழக்குச் சீனத்தில் இருக்கும் கிராமப் பள்ளி ஒன்றைப் பற்றி எழுதுகிறார். பள்ளியில் கலாச்சாரப் புரட்சியின் தாக்கம் தெரிகிறது. ஆனால் கிராமப் பள்ளி நமது கிராமப் பள்ளிகளைப் போலத்தான் இருக்கிறது. கதையின் பாத்திரங்களோடு நம்மைச் சேர்த்துப் பார்த்து நமக்கும் அவர்களுக்கும் அதிக வித்தியாசங்கள் இல்லை என்று படிப்பவர் அனைவரும் உணர முடியும். இந்த அன்னியப்பட வைக்காத தன்மையே மொழிபெயர்ப்பின் வெற்றி என்று சொல்ல வேண்டும்.

பி.ஏ. கிருஷ்ணன்

மாற்றம் நூலிலிருந்து சில பகுதிகள்:

என் பள்ளிக்கூடம் எனக்கு பிடிச்சிருந்ததால, தெனமும் எப்பவும் அந்தக் கிழிஞ்ச பையைத் தூக்கிக்கிட்டு பள்ளிக்கூடத்துக்குள்ள நொழஞ்சிடரத்துக்கு ஏதாவது சந்தர்ப்பம் கிடைக்குமான்னு பாத்துக்கிட்டு இருப்பேன். முதல்ல லியூ வாத்தியார் அவரே என்ன வெளிய போகச் சொல்லிப் பாத்தார். நான் போகலன்னதும் என் காதைத் திருகியோ, தல முடியைப் பிடிச்சி இழுத்தோ என்ன வெளியே தள்ளுவார். ஆனா, அவர் திரும்ப அவரோட அறைக்கு வர்றதுக்குள்ள நான் நைசா மறுபடியும் உள்ள நொழஞ்சி வந்திடுவேன்.

❍ ❍ ❍

“நீ போயிட்டா, உன் அப்பா, உன் அம்மா, உன் தம்பி, தங்கச்சிங்க என்ன ஆவாங்க ?”ன்னு கேட்டேன்.

“கம்யூனிஸ்ட் கட்சி அவங்கள பட்டினிலெ சாக விட்றாது”ன்னு சொன்னான்.

“வடகிழக்குக்குப் போய் என்ன பண்ணப் போறே ?”ன்னு கேட்டேன்.

“தெரியாது. சாவற வரைக்கும் இங்கயே கிடைக்கிறத விட அது மேல். என்னப் பாரு. முப்பது வயசாகப் போகுது. இன்னும் பொண்டாட்டி கூட அமையல. இங்கருந்து வெளியப் போயிடணும். மரம் நகர்ந்தா சாவும், மனுஷன் நகர்ந்தா வாழுவான்.”

❍ ❍ ❍

அவ கொஞ்ச நேரம் பேசாம இருந்துட்டு, தீனமா, “நிஜம்தான். நீ இப்ப பெரிய பிரமுகர் ஆயிட்ட. உன்ன டிவில தான் பாக்க முடியும்”ன்னு சொன்னா. நா, “ரொம்ப ஊதிப் பெரிசாக்கிட்டல்ல ? மோசடி பண்றவனுக்கு, தன்னோட சொந்த ஊர்க்காரனைப் பாத்துட்டா ரொம்ப பயம். மோசடி பண்றவனுக்கு, தன் கூடப் படிச்சவங்களப் பாத்துட்டா தான் அத விட பயம். நாம ரெண்டு பேரும் ஒன்னா படிச்சவங்க மட்டுமில்ல, ஒரே பெஞ்சில உக்காந்துப் படிச்சவங்க”ன்னு சொன்னேன். அவ, “நீ மறந்திருப்பன்னு நெனச்சிக்கிட்டு இருந்தேன்”ன்னு சொன்னா. “அதெப்படி முடியும் ? மனுஷனுக்கு அம்பது வயசானா, கண்ணுக்கு எதிர நடக்கற விஷயமெல்லாம் மனசுல நிக்காது. முன்னாடி நடந்த விஷயமெல்லாம் போகப்போக இன்னும் தெளிவா ஞாபகத்துக்கு வரும்”ன்னு சொன்னேன். அவ, “நானும் தான். கனவுன்னு வந்தா, அந்தக் காலத்து விஷயங்க தான் கனவுல வருது”ன்னு சொன்னா.